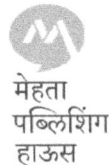

मेहता
पब्लिशिंग
हाऊस

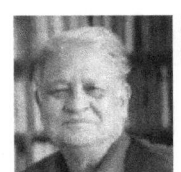

व्यंकटेश माडगूळकर

सत्तांतर

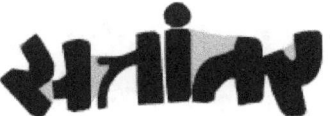

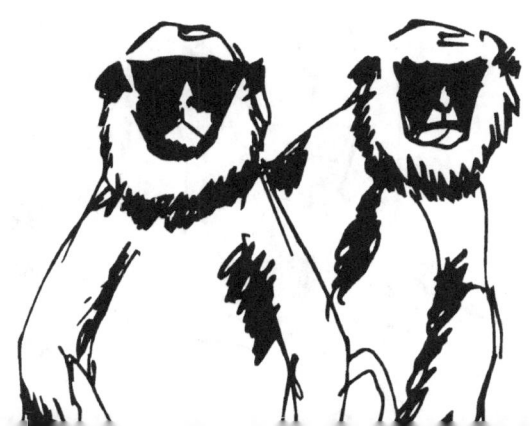

।  । मेहता पब्लिशिंग हाऊस ।

।सत्तांतर।

SATTANTAR
by VYANKATESH
MADGULKAR

सत्तांतर / कादंबरी
व्यंकटेश माडगूळकर

© ज्ञानदा नाईक

मराठी पुस्तक प्रकाशनाचे हक्क
मेहता पब्लिशिंग हाऊस, पुणे.

प्रकाशक
सुनील अनिल मेहता,
मेहता पब्लिशिंग हाऊस,
१९४१, सदाशिव पेठ,
माडीवाले कॉलनी, पुणे - ३०.
फोन ०२०-२४४७६९२४
E-mail
info@mehtapublishinghouse.com
Website
www.mehtapublishinghouse.com

अक्षरजुळणी
इफेक्ट्स,
२१/६ब,
आयडियल कॉलनी,
कोथरूड,
पुणे - ३८.

मुखपृष्ठावरील व
आतील चित्र
व्यंकटेश माडगूळकर

मुखपृष्ठ-रचना
चंद्रमोहन कुलकर्णी

मुखपृष्ठावरील
लेखकाचे छायाचित्र
शेखर गोडबोले

प्रकाशनकाल
जुलै, १९८२ /
ऑगस्ट, १९८५ /
जून, १९९० /
मार्च, १९९९ /
फेब्रुवारी, २००४ /
मे, २००६ /
ऑक्टोबर, २०१० /
मेहता पब्लिशिंग
हाऊस यांची
आठवी आवृत्ती
मे, २०१२ /
डिसेंबर, २०१२ /
फेब्रुवारी, २०१५ /
पुनर्मुद्रण
ऑक्टोबर, २०१७

P Book ISBN
9788184983821

E Book ISBN
9788184985955
E Books available on :
play.google.com/store/
books
m.dailyhunt.in/Ebooks/
marathi
www.amazon.in

'मनुष्य हा पशुकोटीतील प्राणी आहे
व
त्याचे जवळचे सगेसोयरे पशू म्हटले,
म्हणजे वानर होत.'

इतिहासाचार्य वि. का. राजवाडे
('भारतीय विवाह-संस्थेचा इतिहास')

दुसऱ्या आवृत्तीच्या निमित्ताने

माझ्या आजपर्यंतच्या कोणत्याही कादंबरीला प्रस्तावना नाही. काही खास जरुरी असेल, तरच कादंबरीला प्रस्तावना असावी; एरवी तिची आवश्यकता नसते. 'सत्तांतर'ला प्रस्तावना म्हणून काही निवेदन पाहिजे, असे काही निकटवर्ती मित्रांनी सुचवले, म्हणून हा प्रपंच.

'सत्तांतर' ही मराठीतील एक वेगळ्या धर्तीची कादंबरी आहे.

तांबड्या तोंडाची माकडे आणि काळ्या तोंडाची वानरे यापलीकडे सर्वसामान्य वाचकांना फारसे काही माहीत नसते. असावे, अशी अपेक्षाही ठेवता येत नाही.

'सत्तांतरा'तील वानर हा Presbytis Entellus – 'हनुमान लंगूर' आहे.

वानरांच्या एकूण सोळा उपजातींची नोंद प्राणिशास्त्रज्ञांनी केलेली आहे. या सर्व उपजाती दक्षिण आशियात सापडतात. भारतात या उपजातींपैकी काही जाती (१) धारवाड, बेलारी, (२) सिक्किम,

(३) कूर्ग, काश्मीर, (४) हिमाचल प्रदेश, (५) मध्य प्रदेश, (६) मलबार, (७) बंगाल, राजस्थान, गुजरात, (८) केरळ, (९) तामिळनाडू, (१०) उत्तर प्रदेश आणि नेपाळ – तराई या प्रदेशांत आहेत.

हनुमान लंगूरप्रमाणेच, काही उपजातींच्या निरीक्षणातही आईला पिणाऱ्या पोरांची नराकडून हत्या होते, असा तपास लागला आहे. (उदाहरण : नीलगिरी लंगूर) शिवाय, 'प्रायमेट्स'पैकी आणखी पंधरा जातींतही हा प्रघात आढळून आला आहे.

हनुमान लंगूरचा अभ्यास एकोणिसाव्या शतकात प्रथम ब्रिटिश निसर्ग-अभ्यासकांनी सुरू केला. अगदी सुरुवातीची नोंद अठराशे छत्तीसमधली आहे. सर्व नरच असलेल्या टोळीने नर-माद्या-पोरे एकत्र आहेत, अशा एका टोळीवर हल्ला कसा केला, ही हकिकत या नोंदीत आहे.

याच्या पद्धतशीर अभ्यासाची सुरुवात चार्लस मॅकॅनपासून झाली. मॅकॅनने एकोणीसशे तेहतीस साली वानरांबद्दल विस्ताराने लिहिले. वानरांची पोरे जन्माला येतात तो महिना, टोळीतील नरांच्या संख्येत होणारे चढउतार, टोळीत होणारे सत्तांतर, एका टोळीने व्यापलेला प्रदेश, त्याच्या सरहद्दी, जुगणाऱ्या जोडप्याचा टोळीतील जाणत्या मादीकडून होणारा छळवाद, पोटात गर्भ असलेल्या माद्यांकडून जुगण्यासाठी नरांना होणाऱ्या खाणाखुणा, पिते पोर छातीशी आहे, अशा आईच्या छातीशी आधी जन्मलेल्या पोराचे जाणे, वाढत्या वयानुसार लहान पोरांच्या रंगामध्ये होणारे बदल, आईने आपले लहान पोर दुसऱ्या माद्यांकडे तात्पुरते देणे – या सर्व गोष्टींची नोंद मॅकॅनने केली आहे. एक शक्तिशाली नर, टोळीतील इतर सर्व लहानमोठ्या नरांना हाकलून लावून सर्व माद्यांचा स्वामी बनतो, अशीही नोंद मॅकॅनने केली आहे.

मॅकॅननंतर एकोणीसशे अठ्ठावन्न-एकोणसाठ साली फिलिस जे या संशोधिकेने मध्यभारतातील ओच्छा आणि उत्तर भारतातील काकोरी गावाजवळ राहून महत्त्वाचे संशोधन केले. आई-मुलाचे परस्परांशी वर्तन हा तिच्या निरीक्षणाचा प्रमुख विषय होता.

एकोणीसशे बासष्ट साली धारवाडजवळ युकिमारू सुगियामा या जपानी शास्त्रज्ञाने केलेल्या निरीक्षणात, सात नर-वानरांनी एका टोळीवर हल्ला चढवून मुख्य नराला हाकलून लावले. सातांपैकी एकाने बाकी नरांना हुसकावून टोळीचा

ताबा मिळवला. टोळीतील सर्वच्या सर्व – म्हणजे सहा लहान पोरं नव्या टोळीप्रमुखाने चावे घेऊन ठार मारली, इत्यादी गोष्टी आहेत. दोन वानर-टोळ्यांतील संघर्ष हा सुगियामाचा प्रमुख विषय आहे.

एकोणीसशे अठ्ठावन्न ते पंचाहत्तरपर्यंत वानरांवर एकूण अकरा महत्त्वपूर्ण अशी संशोधने झालेली आहेत.

जपानी शास्त्रज्ञ सुगियामा कावामुरा, योशिबा, पार्थसारथी आणि मियादी या तुकडीने धारवाडला तेवीस महिने राहून केलेले संशोधन, एकसष्ट ते त्रेसष्ट या काळात एस. रिप्ले यांनी श्रीलंकेत छत्तीस महिने राहून केलेले संशोधन, एस. एम. मोहनोत यांनी एकोणीसशे अडुसष्ट साली, पाच हजारांपेक्षा जास्ती तास निरीक्षण करून जोधपूरला केलेले संशोधन, हांगेल, बेबर, क्रूगर या तुकडीने अडुसष्ट साली भीमताल आणि सारिस्का इथे केलेले संशोधन, माऊंट अबूला एस. ब्लफेर हर्डी आणि डी. बी. हर्डी यांनी एकाहत्तर ते पंचाहत्तर साली एक हजार पाचशे तीस तास निरीक्षण करून केलेले संशोधन, एन. बिशप आणि जे. बिशप यांनी बहात्तर साली नेपाळला अकरा महिने राहून केलेले पाचशे तास निरीक्षण करून केलेले संशोधन, एकाहत्तर साली रेहमान यांनी गीर जंगलात केलेले संशोधन, आर. कर्टिस, जे. बोगेस यांनी बहात्तर ते चौऱ्याहत्तर या काळात सिमला येथे पाच महिने राहून तीनशे तास केलेले निरीक्षण आणि संशोधन, जे. ओपनहेमिअर यांनी एकाहत्तर ते बहात्तर या काळात सिमला येथे पाच महिने राहून तीनशे तास केलेले निरीक्षण आणि संशोधन, जे. ओपनहेमिअर यांनी एकाहत्तर ते बहात्तर या काळात वीस महिने सिंगूर या ठिकाणी राहून पाच हजार तास केलेले निरीक्षण आणि संशोधन – एवढा हा उपलब्ध संशोधनाचा पसारा आहे.

याखेरीज अनेकांनी वेळोवेळी शास्त्रीय नियतकालिकांत प्रसिद्ध केलेले लेख, टिपणे आहेतच.

'प्रायमेट्स ऑफ साऊथ एशिया' या रुणवाल आणि मोहनोत यांनी संपादित केलेल्या पुस्तकात, वानरांसंबंधीचे संशोधन-संदर्भ ज्यांच्या ज्यांच्या लेखनावरून घेतले, अशा सत्त्याहत्तर संशोधकांची नावे दिली आहेत. यात अर्थातच वर दिलेल्या अकरा संशोधनांचे संशोधक आहेतच.

'दि लंगूर्स ऑफ अबू : फीमेल ॲण्ड मेल स्ट्रॅटेजीस ऑफ रिप्रॉडक्शन' या प्रबंधात्मक ग्रंथाच्या लेखिका एस. हर्डी यांनी आपल्या ग्रंथात दोनशे एकोणचाळीस संदर्भ-ग्रंथ, लेख, टिपणे अशी यादी दिलेली आहे.

तात्पर्य : वानरांच्या वर्तनांसंबंधीचे निरीक्षण आणि निष्कर्ष याचे श्रेय कोणाही एका संशोधकाचे नाही.

या संशोधनाला एकोणिसाव्या शतकापासून आजपर्यंत मोठी परंपरा आहे. शिवाय आपले हे निष्कर्ष शेवटचे, असे कोणाही शास्त्रज्ञाने मानलेले नाही. त्यात नवी भर सतत पडत राहिली आहे. मागच्यांनी केलेले निरीक्षण आणि काढलेले निष्कर्ष घेऊनच पुढच्यांनी वाटचाल केलेली आढळते.

हर्डीबाईंनी आपल्या प्रबंधात नमूद केले आहे :

'चार वर्षांच्या संशोधनानंतर मात्र हेच कळून आले की, ब्रिटिश निसर्ग-अभ्यासकांना शंभर वर्षांमागे जे कळले होते, तेच मला पुन्हा कळले.' (लं.अ.पा.१०)

कोणत्या शास्त्रज्ञाने काय पाहिले, याची जंत्री इथे अनावश्यक आहे. वानरांच्या वर्तनाविषयी विशेष लक्ष वेधून घेणाऱ्या नोंदी कोणत्या, हे सांगणे मात्र अप्रस्तुत ठरणार नाही.

एकोणिसाव्या शतकाच्या पूर्वार्धात चार्लस मॅकॅनने काय पाहिले, हे सुरुवातीला सांगितले आहे. याची निरीक्षणे आणि निष्कर्ष ध्यानी घेऊनच सारा हर्डीने आपल्या 'लंगूर्स ऑफ अबू' या ग्रंथात काही विवेचन केले आहे.

बाई लिहितात :

'मी या पुस्तकात माझ्या निरीक्षणावरून लावलेले अर्थ मॅकॅनने अगोदरच ध्वनित केले आहेत.'   (लं.अ.पा.७)

वानरे केवळ पाने, फळे वगैरे खाऊन राहतात, असे नाही; ती पाखरांची अंडीही खातात. हे निरीक्षण रेहेमान यांचे आहे.   (१९७३)

टोळीतील जाणते नर, मुख्य हुप्याने हाकलून घालवले, हे मोहनोतने पाहिले आहे. हे जाणते नर त्या हुप्याचीच पोरे होती.   (१९७४)

टोळीतील सत्तांतर हे प्रत्येक दोन किंवा तीन वर्षांनंतर होते, हा तपास धारवाडला झालेल्या संशोधनात लागलेला आहे.

वानरांच्या अंगावर दिसणाऱ्या दुखापती बहुतेक दुसऱ्या वानरांकडूनच झालेल्या असतात.

(सुगियामा १९६५, मोहनोत १९७१, हगेज १८८४)

आई-मुलगा, बाप-मुलगी यांच्यात लैंगिक संबंध येऊ नयेत, म्हणून वानरांच्या टोळीत खबरदारी घेतली जाते, याची चर्चा इटानी या शास्त्रज्ञाने केली आहे.   (१९७२)

वानर-मादीला आणि इतर वानरांनाही मूल मेल्याचे कळत नाही. आपल्या मेलेल्या मुलाला घेऊन आई काही दिवस हिंडत राहते, हा प्रकार जे या संशोधिकेने पाहिला (१९६२), तो पुढे आणखी तपशिलात मोहनोतने (१९६८) तपासला.

सर्व नर-टोळी, एक नर आणि अनेक माद्या असलेल्या अशा टोळीवर हल्ला करते, तेव्हा सर्व नर-टोळीतील नर लहान पोरे मारून टाकतो, हे निरीक्षण मोहनोतने १९७१ साली आणि सुगियामाने १९६५, ६६, ६७ साली केले आहे.

या जेत्या नराशी मारल्या गेलेल्या पोराची आई जुगते, ही नोंदही मोहनोत आणि सुगियामा या दोन्ही शास्त्रज्ञांनी केली आहे.

सर्व नर-टोळी आणि नर-माद्या-पोरे अशी टोळी यांच्यात होणाऱ्या संघर्षाचे स्वरूप ६३, ६५, ६८ या साली केलेल्या अभ्यासात जे या संशोधिकेने आणि योशिबा, पार्थसारथी आणि सुगियामा यांनी ६४ ते ६७ या काळात सांगितले आहे.

म्हणजे एका निरीक्षकाला जे दिसले, ते इतरांनीही पाहिले आणि अनेकांनी तेच ते पाहिल्यानंतर असे नित्य घडते, ही गोष्ट गृहीत धरली जाऊ लागली.

या वर्तनाचे निष्कर्ष वेगवेगळ्या शास्त्रज्ञांनी आपल्या पद्धतीनुसार काढले आहेत.

जेत्या नराकडून टोळीतील आयांना पिणारी लहान पोरे मारली जातात, या घटनेने शास्त्रज्ञांचे लक्ष सतत वेधून घेतलेले आहे. प्रसंगी, सर्व नर-टोळीतील नर, मिश्र टोळीतील हल्ल्यात एक किंवा अधिक पोरे आयांकडून हिसकावून घेऊन मारतो. माद्या अशा नराचा काही काळ पाठलाग करतात आणि नंतर तो सोडून देतात. पुढे पाच ते अकरा दिवसांत हीच आई टोळीप्रमुख झालेल्या नराशी जुगते.   (मोहनोत १९७१)

नराकडून पोरे मारली जातात, हा प्रकार सुगियामानेही पाहिला आहे. तो सांगतो –

'३१ मे १९६२ या दिवशी धारवाड येथे सात नरांच्या टोळीने टोळी नं.३० वर हल्ला चढवला आणि मिश्र टोळीच्या 'झेड' या नराला जबर जखमी केले. टोळीतील माद्यांनी हल्लेखोरावर जोरदार प्रतिहल्ले केले. काही तासांनी सात नर परत गेले. दुसऱ्या दिवशी पुन्हा येऊन या सातांनी हल्ला चढवला

आणि माघार घेतली. 'झेड' या नराने प्रतिकार केला आणि 'एल' या नराला जखमी केले. तो स्वत:ही जबर जखमी झाला. या चकमकीनंतर जखमांनी घायाळ झालेल्या, रक्ताने माखलेल्या 'झेड' नराला 'एल' नराने पाठलाग करून हाकलून लावले.' (सुगियामा १९६५)

'लंगूर्स ऑफ अबू' या हर्डीच्या पुस्तकात असे सुचवले आहे की, इतर अभ्यासकांनी म्हटल्याप्रमाणे पिते पोर मारून टाकणे, हा प्रकार ही विकृती नाही. 'लंगूर' या जातीचा ऱ्हास घडेल, अशीही ही घटना नाही. आपल्या माहितीनुसार हा प्रकार गेले शतकभर किंवा आधीपासून घडत आलेला आहे आणि तो नैसर्गिक आहे. त्याला तोंड कसे द्यावे, हे माद्या शिकल्या आहेत. यावरूनच सिद्ध होते की, त्या चांगल्या रुळल्या आहेत.

वानर-नर टोळीतील पोरे मारतात, यामागचे कारण शोधण्यासाठी हर्डीबाई भारतात आल्या होत्या. प्रत्यक्षात घडते; ते पाहून वस्तुस्थितीचा अहवाल ग्रथित करणे आणि 'इन्फॅन्टिसाइड' (पित्या पोरांची हत्या) मागचा अर्थ शोधणे, हाच प्रमुख उद्देश 'लंगूर्स ऑफ अबू' हा ग्रंथ लिहिण्यामागे आहे.

१० मार्च १९८४ या तारखेच्या 'माणूस' साप्ताहिकाच्या अंकात श्री. जगदीश गोडबोले आणि श्री. राम बापट यांनी 'सत्तांतर'विषयी माझी मुलाखत घेतली आहे. त्या मुलाखतीत 'लंगूर्स ऑफ अबू'चा मला फार उपयोग झाला, हे मी सांगितलेले आहे.

वानरांविषयी कुतूहल वाटावे, असा लेख मी प्रथम श्री. श्रीनिवास कुलकर्णी यांच्या 'डोह' (१९६५) या ललित गद्य-संग्रहात वाचला. 'आम्ही वानरांच्या फौजा' या लेखात, सर्व वानरिणींना नवरा एकच कसा असतो, टोळीप्रमुखाकडून पोरे कशी मारली जातात, पोर आईकडून शेजाऱ्याकडे कसे जाते, याचे उल्लेख आले आहेत, आणि त्याचबरोबर वानरांचा दिनक्रम, सवयी आणि स्वभाव यांचेही सूक्ष्म निरीक्षण आले आहे.

भंडारा जिल्ह्यातील 'नागझिरा' अभयारण्यात मी दोनदा गेलो. दुसऱ्या खेपेला गेलो, तेव्हा महिनाभर तिथे राहिलो. या काळात मी जे वन्यप्राणिजीवन पाहिले, ते 'नागझिरा' पुस्तकात आले आहे. 'वानरे' या प्रकरणात वानरांबद्दल माझे विस्तृत निरीक्षण आहे. नागझिरा तळ्याभोवती चार वानरदळे होती. तीन

मिश्र टोळ्या होत्या आणि एक सर्व नर-टोळी होती. मे महिना होता. हा महिना नागझिरा अभयारण्यापुरता तरी वानरांना पोरे होण्याचा महिना होता. सकाळी माझ्याआधी वानरे जागी होत. भल्या सकाळी तिरोडा रस्त्याने मी निरीक्षणासाठी बाहेर पडे, तेव्हा ती मला दिसत. नागझिरा अभयारण्यात राहून रानकुत्र्यांचा अभ्यास करणारे माझे मित्र श्री. मारुती चितमपल्ली बऱ्याच वेळा माझ्याबरोबर हिंडायला येत. पंचवीस वर्षे अरण्यात हिंडल्यामुळे त्यांच्यापाशी अनुभवांचा मोठा साठा होता. वानरांच्या निरीक्षणात आम्ही माहितीची देवाणघेवाण करीत असू.

वानरांचे खाणे, पाणी पिणे, पाणी पिताना घेतली जाणारी खबरदारी, विश्रांती घेणे, खारमाती चाटणे, दोन गटांतील हाणामाऱ्या, सर्व नर-टोळी, तिचा धीटपणा, वानरांचे वेगवेगळे आवाज, त्यांच्या अंगांवरचे व्रण, आपल्या हद्दीत येणाऱ्या माझ्यासारख्यांना घाबरवण्यासाठी त्यांनी केलेले हावभाव, वानरांची पोरे, त्यांची क्रीडा याविषयींची माझी निरीक्षणे आणि वानरांची प्रत्यक्षात केलेली रेखाटने 'नागझिरा'मध्ये आली आहेत.

दात पडलेली बोथरी वानरी आणि कधी काळी मारामारीत जखमी झालेला, झुंडीपासून दूर एकटा बसणारा, दीनवाणा दिसणारा, पेंगणारा वानरही या निरीक्षणात आहे.

ताडोबा अभयारण्यातील तळ्याभोवतीही मी वानरे पाहिली आणि रेखाटने केली.

एवढे पाहिल्यावर माझे कुतूहल जागे झाले. परत आल्यावर वानरांसंबंधी काही वाचायला मिळते का, याचा मी तपास केला.

काही पुस्तके मिळाली. काही मी खरेदी केली.

'लंगूर्स ऑफ अबू' हे पुस्तक डेहराडूनच्या पुस्तक विक्रेत्याकडून मिळाले. यांपैकी काही पुस्तकांची, पुस्तकातील लेखांची नावे अशी :

(1) Annals of the Newyork Academy of Scienc (Dec.62, Vol. 102) Aspects of maternal behavior among Langurs by Phyllis Jay.

(2) Primate Aggression, Territoriality And Xenophobia :

Edited by Ralph L. Holloway

* Aggressive Behavior in Hanuman Langur Troops :

Yukimaru Sugiyama

(3) Primates of South Asia :

Roonwal and Mohnot

(4) Primate Behavior and the Emergence of Human Culture :

Jane B. Lancaster

(5) Social Communication Among Primates :

Editor : Stuart A. Altmann

* Social Organization of Hanuman Langurs :

Yukimaru Sugiyama

(6) Primate Patterns :

Editor : Phyllis J. Dolhinow

* The North Indian Langur

(7) Primates : Studies in Adaptation And Variabililty :

Editor : Phyllis C. Jay

* Local and Inter-troop Variability in Ecology and Social Behavior of Common Indian Langurs :

Kenagi Yoshiba

(8) The Functional And Evolutionary Biology of Primates :

Editor : Russell Tuttie

(9) Langurs of Abu : Female and Male Strategies of Reproduction :

Sarah Blaffer Hrdy

(10) The Evolution of Primate Behavior :

Alison Jolly

(11) In Search of the Red Ape :

John Mackinnon

(12) India's Wildlife in 1959-70 :

M. Krishnan

(13) The Book of Indian Animals :

S. H. Prater

'सत्तांतर' लिहिण्याआधी ही लेखनकल्पना मी काही मित्रांना आणि काही संपादकांना सांगितली.

'राजधानी'च्या संपादकांना दिवाळी अंकासाठी ती कल्पना आवडताच; मी दोन महिन्यांत लेखन पुरे केले.

मी काही प्राणिशास्त्रज्ञ नाही. ललित लेखकाच्या भूमिकेतून मी एक सर्व नर-टोळी, मिश्र-टोळीवर पद्धतशीर हल्ला करते, मिश्र टोळी-नायकाचा पराभव होतो आणि सत्तांतर घडून येते, एवढी वानरांच्या जीवनातील नाट्यपूर्ण आणि अर्थपूर्ण घटिते निवडली.

'सत्तांतर' ही उघडउघड प्राणिकथा व्हावी, हे मला नको होते. ते एक ढोबळ रूपकही व्हायला नको होते. 'पंचतंत्र' किंवा 'हितोपदेशा'तील ती एक तात्पर्य-कथा व्हावी, हेही टाळायचे होते. म्हणून मी मानवी आरोप वानरांवर केले नाहीत. त्यांना नावे दिली, ती शरीर-वैशिष्ट्यांनुसार!

प्राणिशास्त्रज्ञही काही वेळा अशीच नावे देतात. कारण अभ्यासविषय म्हणून निवडलेल्या प्राणिसमूहातील प्राणी वेगवेगळे काढणे त्यांना आवश्यक असते. जी. बी. शॅल्लरने असे नाव चित्त्याला दिले आहे (स्कॅब इअर). जेन बुडालने तरसांना दिली आहेत (मिसेस ड्राकूला, बॅगेज, मिस हाईना). ड्राकूलाचा वरचा ओठ तुटून गेला होता, सुळे दिसत. बॅगेजचे लठ्ठ लोंबते पोट चालताना गवतावर लोळत असे. मिस हाईना इतकी तरुण आणि सुंदर दिसे की, गुडालबाईंना वाटे, लावण्यसुंदरी म्हणून तिला स्पर्धेत पारितोषिक मिळेल. जॉन मॅकिनॉन जंगलातील ओरँग उटांग माकडांना ब्लॉसम, ट्विगी, रेडबिअर्ड अशी नावे देतो (दि रेड एप १९७४). हर्डीबाईंनी वानरांना शरीर-वैशिष्ट्यानुसार शॉर्ट, पॉलेस, स्क्रॅपटेल, वुल्फ अशी नावे दिली आहेत, तशी कस्तुरबा, मीरा, काली, हॅरिएटा, हँडी, पँडी, मोप्सा अशीही दिली आहेत. जिथे नावे देता आली नाहीत, तिथे वानरांच्या अंगावर वेगवेगळ्या रंगांच्या पिचकाऱ्या मारल्या आहेत.

'सत्तांतरा'तील वानरांना नावे आहेत, ती फक्त स्वभाव व शरीरवैशिष्ट्यांनुसारच! अशी नावे मी 'करुणाष्टक'मध्येही वापरली आहेत (नागू, बारीकराव, गडदू).

संवादांशिवाय सर्व निवेदन करण्यामागेही मानवी आरोप नको, हाच हेतू होता. वानरांचे हावभाव आणि हालचाली फार बोलक्या असतात. शिवाय नाना आवाज काढूनही ते आपले म्हणणे दुसऱ्या वानरांपर्यंत आणि पर्यायाने जंगलातील इतर प्राण्यांपर्यंत पोहोचवतात. वाघ, बिबळ्या, रानकुत्रे किंवा शिकारी दिसताच हुप्या 'खकर्रऽऽ खक्ऽऽ-खकर्रऽऽ खक्ऽऽ' असा विशिष्ट आवाज करतो, हे मी अनेकदा ऐकले आहे. पक्षी आणि वन्यप्राणी कोणत्या

शारीरिक हालचालीतून आणि कोणते आवाज काढून परस्परांशी, इतरांशी बोलतात, याचे अल्पसे ज्ञान मी करून घेतले आहे.

एकोणीसशे बावन्नपासून पुढे पंधरा वर्षे मी शिकारीच्या निमित्ताने कर्नाटकातील मासूर, यल्लापूर, गुंजावती, कोणनकेरी ही मोठमोठी जंगले आणि नंतर शिकार सोडल्यावर महाराष्ट्रातील ताडोबा, नवेगाव, नागझिरा, रेहेकुरी, मध्य-भारतातील कान्हा, आसाममधील काझिरंगा, भूतान सरहद्दीवरील मानस, दक्षिणेतील पेरियार, राजस्थानातील भरतपूर आणि रणथंबोर ही अभयारण्ये हिंडलो आहे. मासूर, ताडोबा, मानस व रणथंबोर या अरण्यांत भरपूर वानरे आहेत आणि मी त्यांचे निरीक्षण केले आहे.

वानरे पाहण्यासाठी मी अबू पर्वतावर सात दिवस जाऊन राहिलो.

सोनेरी वानरे पाहण्यासाठीच मी मानसला गेलो. ती इतरत्र कुठेही नाहीत.

जंगलचा रंग आणि गंध, ध्वनी आणि स्पर्श यांचा अनुभव मी अनेक परींनी घेतला आहे.

या पार्श्वभूमीवरच, 'सत्तांतर'सारख्या विषयाला हात घालायला मी धजलो.

वानरांच्या वर्तणुकीविषयीचा लहानसा तपशीलही खोटा वाटू नये, याची काळजी मी घेतली आणि ज्या जंगलात ही वानरे आहेत, ते जंगलही सर्वार्थाने जितेजागते व्हावे, वानरांचे आणि इतर पशुपक्ष्यांचे नातेगोते सिद्ध व्हावे, असाही प्रयत्न केला. भक्ष्य मिळवण्यासाठी सतत होणारा संघर्ष दाखवला आणि जननाचा उत्सवही रंगविला.

'सत्तांतर' लिहून होताच मी ते 'राजधानी' साप्ताहिकाच्या दिवाळी अंकासाठी धाडून दिले.

वानरांची प्रत्यक्ष रानावनांत केलेली रेखाटने 'नागझिरा'मध्ये आहेत.

हवी तशी, हव्या त्या प्रसंगाला अनुरूप रेखाटने करण्यासाठी छायाचित्रांचे संदर्भच घ्यावे लागतात.

शास्त्रीय स्वरूपाच्या पुस्तकांतच छायाचित्रे मिळतात. वेगवेगळ्या कोशांतील, पुस्तकांतील छायाचित्रांवरून रेखाटने करून तीही मी 'राजधानी'ला पाठवून दिली.

छायाचित्रांवरून केलेली रेखाटने शास्त्रीय पुस्तकातही दिली जातात. 'लंगूर्स ऑफ अबू'मध्ये व्हर्जिनिया सॅव्हेज या चित्रकर्तीने छायाचित्रांवरून केलेली रेखाटने छापली आहेत. चित्रकर्तीच्या कौशल्याबद्दल हर्डीबाईंनी प्रस्तावनेत आभारही मानले आहेत.

रेखाटनासाठी छायाचित्रांचा संदर्भ घेणे, ही गोष्ट चित्रकारांना परिचयाची आहे.

चित्रकार दलालांनी 'बनगरवाडी'तील रेखाटने करण्याआधी धनगरांच्या वाडीत जाऊन मी काही छायाचित्रे काढून आणून त्यांना दिली होती. मुखपृष्ठावरील कारभाऱ्याचे चित्र, कपाळावर हात लावून पाहणारा म्हातारा धनगर, जगन्या रामोशी, आयबू ही रेखाटने छायाचित्रांवरून केलेली आहेत.

'राजधानी'कडून हस्तलिखित आणि चित्रे मिळू शकली नाहीत. चित्रे मला पुन्हा करावी लागली.

पहिल्या खर्ड्यावरून हस्तलिखित पुन्हा सिद्ध करावे लागले.

इंग्रजीतल्या The Bears and I : (Robert Leslie) किंवा Never Cry Wolf : (Farley Mowat) किंवा The Year of Gorilla : (George Schallar) किंवा Among the Elephants : (Ian and Oria Douglas Hamilton किंवा Innocent Killers : (Hugo and Jane Van Lawik Goodall) किंवा Wild Fox : (Roger Burrows) अशा स्वरूपाचे, प्राणिशास्त्राच्या अभ्यासकाने काही काळ जंगलात राहून केलेल्या निरीक्षणांवर लिहिलेले 'सत्तांतर' हे पुस्तक नाही.

काही वेळा प्राणिशास्त्राचा अभ्यास करणारे विद्यापीठासाठी प्रबंध लिहितात आणि त्याच विषयावर वाचकांसाठी पुस्तक लिहितात. 'सत्तांतर' असेही नाही. काही शास्त्रज्ञ स्वत:चे आणि अनेक शास्त्रज्ञांचे आतापर्यंतचे निरीक्षण सामावून घेऊन कलात्मक संरचना केलेले The Year of the Seal : Victor B Scheffer सारखे किंवा त्याच लेखकाचे जॉन बरोज मेडल मिळविलेले The Year of the Whale सारखे पुस्तकही लिहितात.

प्रिबिलोफ बेटावर सीलसंबंधी झालेले संशोधन आणि इतरत्र व्हेल माशांसंबंधी झालेले संशोधन यांचा वापर करून त्याने ही दोन ललित पुस्तके लिहिली आहेत. तो स्वत: प्राणिशास्त्रज्ञ आहे आणि या विषयाचा अभ्यासू म्हणून ख्यातनाम आहे. पहिल्या पुस्तकाच्या प्रस्तावनेत, आपले हे पुस्तक म्हणजे 'Fiction based on facts' असे लेखक सांगतो.

The Year of the Whale च्या ब्लर्बमध्ये –

'Victor Scheffer brilliantly combines scientific documentation with imaginative reconstruction.'

असे या पुस्तकाचे वैशिष्ट्य सांगितले आहे.

प्रत्येक लेखकाला स्वत:च्या पुस्तकासाठी स्वत:च वाट शोधावी लागते

आणि प्रत्येक कादंबरी स्वत:चा वेगळा चेहरा घेऊनच जन्माला येते. त्यामुळे एका पुस्तकासारखेच दुसरे पुस्तक दाखविता येत नाही. फक्त जवळपासचे म्हणून दाखवता येते.

आपला अनुभव, शास्त्रज्ञांनी लिहिलेले निरीक्षण-वृत्तांत यातून पुस्तक कसे जन्म घेते, याचा अचूक तपास येणे अशक्यच आहे. 'Art is a marriage of the Conscious and Unconscious'. कला म्हणजे जाणीव आणि नेणीव यांची लग्नगाठ असते.

ढोबळ मानाने काही सांगता येते.

एकूण एक तपशिलांबद्दल संगतवार सांगता आले नाही, तरी जिज्ञासू वाचकांसाठी काही निवेदन करता येईल.

वानरे पक्ष्यांची अंडी खातात, हे रेहेमान या शास्त्रज्ञाचे निरीक्षण आणि व्हेरवेट जातीची माकडे साप दिसताच एक विशिष्ट आवाज काढून सावधानतेचा इशारा देतात. (स्ट्रॅहसकेर १९६७) हे दोन संदर्भ 'सत्तांतरा'तील लालबुड्याचे मरण या प्रसंगाची बीजे आहेत.

(सत्तांतर पान, ३८-३९)

टोळीत सत्तांतर होतेवेळी जबर जखमी झालेले वानर सुगियामा आणि मोहनोत यांनी पाहिले आहेत; पण प्रत्यक्षात वानराचे मरण कोणीच पाहिलेले नाही. त्याचा वृत्तांत कोणा शास्त्रज्ञाने दिलेला नाही. जबर जखमी झालेला मुडा पाणी पाणी करत तळ्यापर्यंत कसा जाऊन पोहोचला आणि तळ्याकाठी एकटा कसा मरून पडला, हे मला लिहितानाच दिसले.

(सत्तांतर, पान ४४)

नागझिरा अभयारण्याच्या मुक्कामात शक्तिशाली शिकारी रानकुत्र्यांनी चितळ मादी आणि तिचे लहान पिलू यांचा केलेला पाठलाग मी पाहिला होता.

दोनच रानकुत्र्यांनी केलेली एका प्रचंड शक्तिशाली अशा रानडुकराची शिकारही मला तपशीलवार पाहायला मिळाली होती.

एक पाठलाग, एक शिकार आणि एका तपासात रानकुत्र्याच्या विष्ठेत मिळालेले वानराचे केस एवढी सामग्री मनात एकत्र येऊन; पुस्तकाच्या सुरुवातीला सर्व टोळीवर आलेलं संकट स्वत:वर घेऊन सरसर झाडाचे खोड

उतरलेल्या आणि रानकुत्र्याच्या जबड्याखाली गेलेल्या म्हाताऱ्या वानरिणीचे मरण मला दिसले आहे.

(सत्तांतर, पान १२,१३)

संशोधकाकडून कोणती सामग्री मिळाली, स्वतः प्रत्यक्ष काय पाहिले आणि या दोन्हींच्या मेळातून एकूण अनुभव कोणते शब्दरूप घेऊन कागदावर उतरले, याच्या तपासासाठी एवढी तीन उदाहरणे पुरी ठरावीत.

अनुभव, निरीक्षण आणि कल्पकता या तीन गोष्टी सर्जनशील लेखकापाशी लागतात. पैकी कोणत्याही दोन किंवा कधी फक्त एकही इतरांचा अभाव भरून काढू शकते. या तीन घटकांचे विविध आकृतिबंध होऊ शकतात.

शास्त्रज्ञांनी ग्रंथासाठी उपयोगात आणलेली भाषा आणि कादंबरीची भाषा यात फरक असतोच. ती भाषा या भाषेपेक्षा वेगळी पडतेच.

एक प्रसंग घेऊन आपण काही चाळणी करू :

बोथरी शेपूट उभारून धावली. **पातेऱ्यावर आवाज झाला** आणि एका झुडपाआडून रानकुत्र्यानं झेप घेतली. ती झेप नेमकी बोथरीच्या अंगावर पडली. बोथरी पातेऱ्यात लोळताच कुत्र्यानं आपल्या पोलादी जबड्यात तिचा गळा घेतला आणि **जबड्याचा चाप खटकन मिटला.**

बोथरीच्या शेपटात, हातापायात एकाएकी विलक्षण बळ आलं. संतापलेल्या नागानं फणा आपटावा, तसं तिचं शेपूट जमिनीवर आपटलं. कुत्र्यानं जबड्याची पकड जास्ती घट्ट केली. पुढचा एक पंजा बोथरीच्या छातीवर दाबला आणि दोन-तीन हिसडे दिले.

निर्जीव चिरगुटासारखं बोथरीचं अंग लुळं पडलं. त्यासरशी आणखी एक कुत्री धावत आली आणि तिनं बोथरीच्या मांडीचा लचका तोडला. **लुटुलुटु धावत** तिची सहा पिलं आली. ही वयानं चार महिन्यांची होती. सहा पिलं, त्यांची आई आणि बाप ताज्या भक्ष्यावर तुटून पडले.

दोन-अडीच घटका गेल्या आणि त्या जागी काही उरलं नाही. थोडे **रक्ताचे शिंतोडे**, म्हाताऱ्या वानरीचे पुंजकाभर केस. बाकी

काही नाही. फक्त वास, रक्ताचा, आतडं फुटून सांडलेल्या **चारवटाचा**, शेणाचा.

कुत्रा, कुत्री आणि बोथरीच्या मांसानं **टिचून भरलेल्या पोटांच्या झोळ्या लोंबणारी** तिची सहा पोरं नाल्याच्या धशीला गेली. गारवा बघून कुत्रा पसरला. पुढं जाऊन कुत्री पसरली. तिला लागूनच तिची सहा पोरं आईच्या पोटावर तोंड टेकवून एकमेकांच्या अंगावर चढून पसरली. त्यांची **पोटं श्वासाबरोबर हलत राहिली.** अधूनमधून **कान टवकारत** राहिली.

(सत्तांतर, पृ. १५,१६)

नेमक्या शब्दांची योजना, चित्रमय निवेदन, वाक्यांच्या विशिष्ट रचना, वाक्यांची लांबी, परिच्छेदांची विभागणी इथे पाहावी. (शिवाय जलाशयात प्रतिबिंबित रंग असावेत, अशी या प्रसंगात माहितीही आहे. वानरे हे रानकुत्र्यांचे भक्ष्य आहे. रानकुत्री ही गावकुत्र्यांपेक्षा वेगळी असतात. त्यांचा जबडा फार मजबूत असतो. रानात रानकुत्र्यांचे कुटुंब वावरते. पोरांसाठी नर शिकार करतो. मादी पोरांबरोबर संरक्षक म्हणून राहते. रानकुत्र्यांनी खाल्लेल्या जनावराचे काही अवशेष शिल्लक राहत नाहीत. वाघ भक्ष्याचे आतडे काढून दूर टाकतो; पण रानकुत्री आतडेही खातात. उष्णकाळी रानकुत्री घोळामेळानं नाल्याच्या धशीला गारवा बघून विश्रांती घेतात. तिथे त्यांना आडोसाही असतो. दडपण असते. ही ती निव्वळ माहिती.)

हा प्रसंग सांगताना वापरलेली भाषा शास्त्रीय स्वरूपाच्या निरीक्षण-टिपणात नसते. शास्त्रज्ञांना तशी जरुरी वाटत नाही. 'चव, गंध, आवाज, आकार, स्पर्श, रंग यांचा अनुभव शब्द-माध्यमातून खरा करण्याची गरज लेखकाला असते, शास्त्रज्ञाला नसते.' महत्त्वपूर्ण अशा पाहिलेल्या प्रसंगाचे नेटके, वस्तुनिष्ठ टिपण शास्त्रज्ञ करतात.

वाय ए मेल-१ ने फीमेल टीच्या पोरावर प्राणघातक हल्ला केला, याचे तपशीलवार वर्णन आपल्या फील्ड रिपोर्टमध्ये मोहनोतने केले आहे. त्याचा उपयोगही मी करून घेतला आहे. रिपोर्टिंग आणि कथा-कादंबरीतील प्रसंग यातले अंतर वाचनातच कळते.

एका, नव्याने लेखन करू इच्छिणाऱ्या तरुणाला हेमिंग्वेने वृत्तांत आणि ललित लेखन यातला फरक सांगितला आहे.

'When you describe something that has happened that
day the timeliness makes people see it in their own
imaginations. A month later that element of time is gone
and your account would be flat and they would not see it
in their minds nor remember it. But if you make it up
instead of describing it, you can make it round and whole
and solid and give it a life. You create it for good or bad.
It is made; not described. It is as true as the extent of
your ability to make it and the knowledge you put into it.'

Hemingway By Line
(P.208)

'सत्तांतरा'प्रमाणे सुरुवात उन्हाळ्यातील उजाड पानगळीच्या जंगलाने आणि
शेवट धुवाँधार पहिल्या पावसाने, सुरुवात बोथरी वानरी रानकुत्र्याकडून मारली
आणि खाल्ली जाते, या प्रसंगाने आणि शेवटी ढोकरी पक्ष्यांच्या, मगरीच्या
जननसोहळ्याने, तरणी वानरी विते आणि चिमुरड्या पोराला जन्म देते – या
प्रसंगाने, अशी रचना करण्याची गरज कादंबरी-लेखकाला असते, शास्त्रज्ञाला नसते.

'सबंध कादंबरी ही वानरांच्या जीवनवर्तनातून मानवी सत्तासंघर्षावर, चालू
राजकीय स्थितीवर मूकपणे टीका-टिपणी करते', अशा स्वरूपाचे अर्थ
समीक्षकांकडून काढले जातात, तसे शास्त्रीय ग्रंथांतून निघत नाहीत.

वाचकांच्या मनात अर्थाचे इंद्रधनुष्य उमटवणे हे शास्त्रीय पुस्तकाचे साध्य
नसते. Wild Fox हे Roger Burrows चे पुस्तक म्हणजे English Fox चा
शास्त्रीय अभ्यास असतो, त्यापलीकडे आणखी काहीही नसते.

सत्तासंघर्षाच्या फिरत्या चक्राचा मेळ निसर्गातील ऋतुचक्राशी,
जन्म-मरणचक्राशी घालण्याची आवश्यकता त्यांना भासत नाही.

'सत्तांतर' हे वानरांच्या वर्तनाचा अभ्यास म्हणून लिहिलेले शास्त्रीय पुस्तक
नव्हे, पानगळी जंगलात प्रत्यक्ष घडणाऱ्या घटितांवर आधारलेली ती एक
कल्पित कथा आहे. तिच्या कथनाचा लक्ष्यबिंदू सुरुवातीला दिलेल्या
अवतरणातून ध्यानी घ्यावा.

लेखक व कवी लेखनसामग्री कुठून गोळा करतो, हे नेमकेपणाने त्यालाही
सांगता येईलच, असे नाही. प्रत्यक्ष अवलोकनातून, ऐकलेल्या संभाषणातून,

वाचनातून तो कल्पना मिळवील. त्यातून जी निर्मिती होते, तिच्यावर त्याची मुद्रा आहे की नाही, हे महत्त्वाचे आहे. त्याचे वेगळेपण आणि सामर्थ्य तिथे दिसते. तिथे तो अनोळखी वाटत नाही.

मला नम्रपणे असे म्हणावेसे वाटते की, 'सत्तांतर'वर लेखकाची मुद्रा आहे.

३१ मे ८५   – व्यंकटेश माडगूळकर

१

टळटळीत दुपार होती. भल्या सकाळी उठून खाण्यापिण्याच्या मागे असलेली टोळी, दुपारच्या डुलकीसाठी डहाळ्यांतून विसावली होती. आया झोपल्या, तरी वर्षा-दीड वर्षाची पोरं डहाळ्यांतून धावत होती. शिवाशिवी खेळत होती. उड्या ठोकत होती.

सगळीकडंच चूपचाप झालं. काळे कुळकुळीत कोतवाल पक्षी चोची उघड्या टाकून डहाळ्यांतून विसावले. सदा कुलुकुलु बोलणाऱ्या साळुंक्यासुद्धा काही वेळापुरत्या गप्प झाल्या, तेव्हा पोरं भानावर आली आणि अर्धवट झोपेत असलेल्या आयांच्या पोटांना जाऊन बिलगली. क्षणभर झोप चाळवल्यामुळे, हात-पाय ताणून, बैठक बदलून, पोरांना पोटाशी धरून आया पुन्हा पेंगू लागल्या.

ओढ्याच्या काठाला लागून भलामोठा विस्तार असलेलं हे जांभळीचं झाड. फळांनी फणसाचं झाड लहडावं, तसं आता वानरांनी लहडलं होतं. वारा वाहत नव्हता, डहाळ्या हलत नव्हत्या. पाखरं मोठ्यांदा बोलत नव्हती. मधमाशा, डास, भुंगे यांचं समूहगान तेवढं चालू होतं.

ओढ्याच्या पलीकडे, शंभर-सव्वाशे पावलांवर, उंबराच्या झाडावर डुलकी घेणाऱ्या सहा भटक्या नरांची झुंड जागी झाली होती. एकापाठोपाठ एकेकानं वरून धारा सोडल्या, लेंडकं टाकली. खाली पसरलेल्या पाचोळ्यावर त्याचा आवाज झाला. उग्र भपकारा हवेत पसरला. गुरगुराट, दात खाण्याचा आवाजही झाला आणि लगेच एका नरानं तोंड वर करून 'हूपऽ हूपऽ' असा जोरदार आवाज केला आणि फांद्या हलवल्या. दोन पुरुष उंचीवरून वरच्या डहाळ्यांतून खालच्या डहाळ्यांवर दाणकन उडी ठोकली. फांद्या जोरजोरानं हलवल्या. मोडलेल्या लहान डहाळ्या खाली पाचोळ्यावर आदळल्या. पानं गिरगिरत खाली आली.

सहाही नरांनी अशा दणादण उड्या हाणल्या,
फांद्या गदागदा हलवल्या, वाकवल्या.
लहान डहाळ्या मोडल्या. आसमंत हादरवून टाकला आणि
एकाएकी सुरू झालेला हा दंगा,
इशारा व्हावा; तसा क्षणात गप्पही झाला.
या परिसरात हे घुसखोरच होते.
वावटळीसारखे ते आले होते आणि
मोडकळीला आलेल्या, कमकुवत अशा
एखाद्या टोळीच्या प्रमुखाला
अधिकारपदावरून उखडून लावून तिचा
ताबा ते मिळवणार होते. जांभळीच्या
झाडावर आत्ता जी लेकुरवाळ्या वानरी,
पोरे यांची टोळी विसावलेली होती,
त्यांच्यावर हल्ला करण्याचा ह्या दांडगटांचा उद्देश होता.

जांभळीच्या झाडावर विसावलेल्या टोळीत घबराट झाली. लहान पोरं घाबरून चित्कार करू लागली. थोडी जाणती होती, ती पोरं-पोरी यांची पळापळ सुरू झाली. खोडाआड दडून ती समोर बघू लागली. माद्या सावध झाल्या आणि सरासरा जास्ती उंचीवर जाऊन, घाबरलेल्या पोरांना ओढून जवळ घेऊ लागल्या. डहाळ्यांचे आवाज आणि पोरांच्या किंकाळ्या थांबता थांबेनात.

सगळ्या टोळीत वयानं झालेली, बाजूला – एकटं एकटंच राहण्याचा स्वभाव असलेली बोथरी वानरी काय करावं; हे न कळून चांगली पार शेंड्यावर होती, ती सरासरा खाली उतरली आणि क्षणभर बुंध्याशी पातेऱ्यात बसली. उंबराच्या झाडाकडे वाकून वाकून तिनं पाहिलं आणि मग एकाएकी वळून वाळल्या पातेऱ्यावरून खसपसाट करीत ती पार पलीकडे असलेल्या मोहाच्या झाडाकडे धावली.

तिच्या मागोमाग पोटाशी पोरं नसलेल्या अशा आणखी दोघीतिघी वानरीही धावल्या.

बरोबर याच क्षणाला आपल्या टोळीपासून नेहमीच थोड्या अंतरावर राहून राखण करणारा टोळीचा नेता ‘हुप्या’, अचानक जमिनीतून वर फुटावा तसा झाडीतून उड्या ठोकीत बाहेर आला. घुसखोर ज्या उंबरावर होते, त्याच्या समोरच्या पटांगणात वाढलेल्या तांबडमातीच्या एका भल्यामोठ्या वारुळावर चढला. समोरासमोर बसला आणि घुसखोरांकडे बघून त्यानं कराकरा दात खाल्ले. पसरल्या जबड्यानं हवेचा एक, दोन, तीनदा लचका तोडला आणि आपल्या काळ्या जबड्यातले पांढरे, कणखर सुळे पुन:पुन्हा दाखवले. आक्रमक असा गुरगुराट केला.

कवळ्यात मावणार नाही, अशा उंबराच्या थोराड फांदीवर ओळीनं बसलेल्या घुसखोरांनी दणकट हुप्याचा हा आवेश चार पायांवर दबून पाहिला न पाहिला, क्षणार्धात दणादण खाली उड्या घेऊन, ते एकामागोमाग एक असे विरुद्ध दिशेला सुसाट पळाले. झाडीत घुसून लांबवर गेले. त्यांनी मागे वळूनसुद्धा पाहिलं नाही.

ज्या दिशेनं हे घुसखोर पाय लावून पळाले, त्या दिशेकडे पाहत हुप्या चार पायांवर पुरा उभा राहिला. त्याच्या पाठीवर डौलदार शेपटाची गुंडाळी, झेंडा उभारावा तशी उभारली होती. जबडा उघडून तो गुरगुराट करत होता.

दुपारचं उन्ह सणसणत होतं. घुसखोरांची काही हालचाल दूर पाहूनही दिसेना, तेव्हा एकाच उडीत हुप्या वारुळाखाली आला आणि वारुळाच्या टीचभर सावलीला येऊन गप्प बसून राहिला.

या हुप्याच्या डाव्या कानाचा, वरच्या बाजूचा मोठ्ठा तुकडा हाणामारीत गमावला होता आणि तो मुड्या कानाचा झाला होता. हा वजनानं भारी होता आणि फार संतापी होता. याचे स्नायू पिळदार होते. एकूणच हा खैराच्या गाठीसारखा टणक होता.

मारामारीच्या बऱ्याच खुणा त्याच्या अंगावर होत्या. शेपटावरसुद्धा चांगला दोन विती लांब असा उभा वण होता.

जांभळीच्या झाडावर अधिकारानं सर्वांत मोठी वानरी होती. ती सरासरा खाली उतरली आणि हुप्याकडे गेली. त्याच्या जवळ जाऊन बसली. तो अंगावर आला नाही, खेकसला नाही. त्यानं तोंड फिरवलं नाही, तेव्हा तिला धीर आला.

गर्भार वानरी त्याच्या अंगलटी गेली. त्याच्या पाठीवरचे केस निरखून बघून चिकटलेली कुसळं, लांडगे, कुत्री, झाडाच्या चिकानं झालेल्या गुठळ्या निवडून काढू लागली.

मादीची बोटं केसांवरून फिरू लागताच हुप्या सैल झाला. हळूच सावलीला पालथा पसरला.

हा विधी आता अर्धा-पाऊण घटका चालायला काहीच हरकत नव्हती.

इकडे जांभळीवरही लहान वानरींना मोठ्या वानरींनी मिठ्या मारल्या. आता संकट टळलं होतं. त्या निमित्तानं हा उत्स्फूर्त सोहळा होता. मग लहान वानरी मोठ्या वानरींची केसाळ अंगं साफ करू लागल्या.

बाया-बाया एकत्र बसून उखाळ्या-पाखाळ्या करण्यात रमतात, तेव्हा दिसतो, तसा खेळीमेळीचा, निवांत असा देखावा दिसू लागला. त्यांची लहान लेकरं कधी एकमेकांशी, तर कधी आईच्या शेपटाशी खेळू लागली.

पानगळी वृक्षांचं हे मोठं जंगल होतं. इथं नाना वृक्ष होते, वेली होत्या, झुडपं होती. साग, बिजा, ऐन, करू असे दहा-दहा, बारा-बारा पुरुष उंचीचे भव्य वृक्ष होते. मोठ्या तळ्याच्या काठानं आणि या जंगलातून वाहणारे अनेक नाले आणि ओढे यांच्या काठांनी आंबा, चिंच, उंबर, जांभूळ, वड, पिंपळ असले फळांनी लहडणारे वृक्ष होते. उन्हाळ्यात झगझगीत रंगांचा फुलोरा येऊन वनप्रदेश सुगंधित करणारे सावरी, पळस, पांगारा, बहावा, मोहा असे फुलणारे वृक्ष होते. बांबूची घनदाट बेटं होती. इथं अनेक जंगली प्राणी राहत होते. अनेक जातींची पाखरं राहत होती. काही हंगामापुरती येत होती, जात होती. इथं आजूबाजूला तुरळक अशी आदिवासींची वस्तीही होती.

हा उष्णकाळ होता. टेकडीच्या मागे पहाटे दिवस वर येण्याआधी आभाळ तांब्याचं होई आणि सूर्य उगवे. दयाळ पक्षी सुरेख गाणी गात, होले घुमत, साळुंक्या मंजूळ बोलत आणि चार घटका होतात न होतात, तोवर पांढरंधोट उन्ह आभाळातून खाली ओतू लागे.

संध्याकाळी रातवे पक्षी आवाज करू लागल्यावर हवेतला धगाटा कमी होई. क्वचित एखादा भीजपाऊस झिरमिरुन जाई.

तळ्याचा काठ, नाल्यातील काही डबकी सोडली, तर सगळीकडचं गवत आता उन्हानं वाळून कोळ झालं होतं. चैत्र महिन्याच्या सुरुवातीला सागांना मोहोर आला होता आणि जुनी पानं झडून कोवळी पालवी फुटू लागली होती. बाकी अनेक वृक्ष उघडेवाघडे उभे होते.

जमिनीवर उन्ह सणसणत होतं, टेकड्या बोडक्या दिसत होत्या, पण सागवृक्ष तेवढे ताज्या हिरव्या रंगानं भरून पायतळी गार सावली टाकीत होते. जंगलातली सगळी भूमी आता कुडकुडीत वाळल्या पानांनी आच्छादून टाकलेली होती. वाघालासुद्धा आवाज न करता फिरणं अवघड जात होतं.

या विशाल अरण्यातला, तळं आणि नाला यांच्यामधला एक लहानसा, आडवा-उभा अर्धा कोस भरेल, असा पट्टा म्हणजे 'मुडा' वानरनराचं राज्य होतं. त्यानं ते सामर्थ्यानं कमावलेलं होतं. या प्रदेशातली फळझाडं त्याची होती. इथल्या झाडांची लुसलुशीत कोवळी पालवी, कळ्या, फुलं, फळं, भेंड, रस, डिंक – सगळं त्याचं होतं. इथली हिरवळ त्याच्या पोरांना लोळण्यासाठी होती. इथलं पाणी त्याचं होतं. इथली खारमाती त्याला चाटण्यासाठी होती. हा एवढा प्रदेश तो आपल्या भूपकारानं दणाणून सोडत होता.

टोळीतल्या सगळ्या वानरी त्याच्या होत्या. सारी लहान-मोठी पोरंबाळं त्याची होती. गेले चार पावसाळे तो या लहान संस्थानचा अधिपती होता. हे राज्य त्याला वडिलोपार्जित असं, वारस म्हणून मिळालेलं नव्हतं. ते त्याला सामर्थ्यानं मिळवावं लागलं होतं. एकवार मिळालं म्हणून आता ते आपलंच राहील, म्हणून त्याला स्वस्थ राहता येत नव्हतं. सतत युद्धमग्न राहून त्याला ते सांभाळावं लागत होतं. अनेकांनी त्याच्या अधिकाराला आजवर आव्हान दिलं होतं.

कारण त्याची टोळी ही काही एकमेव वानरटोळी या अरण्यात नव्हती. लहानमोठ्या अशा आणखी सात टोळ्या या अरण्यातल्या रहिवासी होत्या. त्या प्रत्येकाचं, स्वत:चं म्हणून बळकावलेलं क्षेत्र होतं. वर्षानुवर्षं त्यात नवी पोरं जन्माला येत होती, वाढत होती. बलदंड होत होती. टोळीतून हाकून दिली जात होती. एकत्र येऊन ही पोरं एकोप्यानं दुसऱ्या टोळीच्या हद्दीत घुसखोरपणा करत होती. हाणामाऱ्या होत होत्या. पराभूत पळून जात होते, ठार मारले जात होते.

सतत संघर्ष चालू होता. विराट जीवनचक्र फिरत होतं.

टोळी-टोळीत संघर्ष होता, एका टोळीतील नरानरांत, माद्यामाद्यांत संघर्ष होता आणि वानरांना पकडून खाणारे अनेक हिंस्र प्राणी या अरण्यात होते. वाघ, बिबटे, रानकुत्री, तळ्यातल्या मगरी आणि फांद्यांना वेढून बसलेले अजगर. तीक्ष्ण नजर, तीक्ष्ण नखं, तीक्ष्ण चोची आणि पंखांत विलक्षण झेप असलेले बाज पक्षी.

...आणि कधीमधी तिरकमठे, भाले, कुऱ्हाडी घेऊन, शिकारी कुत्री घेऊन

अरण्यात घुसणारी शिकारी माणसं.

या सततच्या संघर्षातून वानरं जगत होती.

'मुडा' वानर जगला होता. सुरुवातीला वानराचं पोर म्हणून जगला होता. नंतर कोवळा नर म्हणून जगला होता. हाणामाऱ्यांतून जगला होता आणि ऐन तारुण्यात एका टोळीचा प्रमुख झाला होता. गेले चार पावसाळे तो टिकून राहिला होता.

नर म्हणून जन्माला आलेलं वानराचं पोर टोळीत सहसा टिकत नसे. अनेक अवस्थांमधून त्याला जावं लागे. माद्या मात्र जगल्या-वाचल्या, तर कळपातच राहत. वीस-वीस वर्षं राहत. वंश वाहता ठेवण्याचं काम त्यांच्याकडे असे.

हाणामारीत डाव्या कानाचा मोठा तुकडा गमावलेला मुडा मध्यभारतातील एका विशाल अरण्यात अजून टिकून होता.

आज त्याची टोळी सोळा जणांची होती. सात वानरी होत्या, चार लहान पोरं होती. दीड-सवा वर्षांची तीन नरपोरं होती आणि दोन वयात आलेल्या पोरी होत्या.

अंगानं थोराड, फारशी छाती ओघळलेली नाही, नाक-डोळे जिथल्या तिथं, चपळ, बळकट दातांची अशी एक तरणीताठी होती, तिचा मान टोळीत मुडाच्या खालोखाल होता. चवताळलेल्या मुडापाशी धीटपणानं फक्त ती एकटीच जायची आणि त्याचे केस आपल्या लांबसडक काळ्या बोटांनी विंचरायची. बाकी वानरी तिला भिऊन असायच्या.

ही 'तरणी', ही गर्भार होती. दोन महिन्यांचा गर्भ हिच्या पोटात होता.

हिच्या नंतरची 'लांडी'. ही चांगली चपळ होती. धडधाकट होती. पण थंडीच्या दिवसांत, ही टोळी एका संध्याकाळी अडचणीतल्या आंब्याच्या डहाळ्यांतून झोपली. बिबट्यासारखं चपळ जनावर आवाज न करता झाडावरसुद्धा चढतं. म्हणून वानरं नेहमी झोपण्याचं झाड बदलतं ठेवीत. मुद्दाम फांद्यांच्या अगदी टोकाला झोपत. समजा काळ जर खोड चढून आलाच, तर या फांदीनं त्याला दगा द्यावा. एवढ्या नाजूक फांदीवर पाय ठेवण्याची हिंमतच त्याला होऊ नये.

रात्र बरी गेली; पण भल्या पहाटेच्या काळोखात आपण जमिनीपासून निर्धोक उंचावर बसलो आहोत, असं समजून झोपलेल्या या वानरीकडे नव्यानंच शिकार शोधू लागलेल्या पोरसवदा बिबट्याचं लक्ष गेलं.

आकाशाच्या पार्श्वभूमीवर त्याला डहाळीत बसलेली वानरी आणि पाल्यातून खाली लोंबणारं तिचं शेपूट दिसलं. पंधरा-वीस पावलं दूर अशा जाळीआड दडून बिबट्यानं अदमास घेतला. जोरात झेप घेऊन हे भक्ष्य आपण पंजाच्या तडाख्यानं

खाली पाडू, असं त्याला वाटलं. त्याचे विलक्षण लवचिक स्नायू आकुंचित झाले आणि भयंकर गुरगुराट करून त्यानं सटकन झेप घेतली.

ती पुरी पडली नाही. वानरीचं अर्धमुर्धं शेपूट फक्त पंजाच्या तडाख्यात तुटून त्याच्या दातांच्या पकडीत आलं.

वानरीनं भयाकारी चीत्कार केला आणि तत्काळ आंब्याच्या डहाळ्यांतून एकच गोंधळ झाला. पोरं घाबरून ओरडू लागली. 'मुडा' दात खाऊन डहाळ्या हलवू लागला. झाड गदगदलं आणि तांबड्या डोळ्यांच्या राघूंचा थवा दचकवणारा कलकलाट करत आभाळात उडाला.

हा प्रसंग टोळीला हादरवून गेला.

जिवावर बेतलं होतं, ते शेपटावर निभावलं. ती ही लांडी!

हिच्यानंतर महत्त्वाची वानरी म्हणजे 'उनाडी'. ही अंगानं लहानखोर होती; पण वयात आली, शहाणी झाली, तेव्हा हिचे चाळे सुरू झाले. बाकीच्या कुणीही लहान धाकट्या पोरी जवळ ओढून ओढून ती नरासारखी त्यांच्यावर चढायची. पोरी ओरडत, किंचाळत दूर पळायच्या. टोळीच्या मालकाचा, इतर वानरींचा डोळा चुकवून ही शेजारच्या टोळीच्या हद्दीत जायची. या टोळीत दोन वयात येऊ घातलेली पोरं होती. त्यापैकी एकाला झुलवून ही झाडाझुडपात आणायची. त्याच्याकडे कुले करून चार पायांवर उभी राहायची आणि जोरजोरात मान डोलवत राहायची.

अशा वेळी कुणा ना कुणा जाणत्या वानरीचा डोळा हिच्यावर असायचाच. दुसऱ्या टोळीतलं ते पोर घाबरत-घुबरत, इकडेतिकडे बघत हिच्याशी जुगू लागलं की, एखादी अनुभवी वानरी उड्या घेत यायची आणि पोरावर हल्ला करायची. त्याचे केस ओढायची, तडाखे मारायची, दात दाखवायची. का? तर अशा तऱ्हेनं टोळीतल्या वानरी बाहेरच्या नराशी जुगू लागल्या, तर सतत भाराभर पोरं टोळीत जन्मत राहतील आणि संख्येवर बंधन राहणार नाही. सगळे उपासमारीत सापडतील. वंशखंड होईल. शिवाय अगदी नजीकची गोष्ट म्हणजे हिला पोर झालं की, नवा भागीदार झाला.

ही 'लांडी', ही 'उनाडी' आणि एक 'थोटी' होती. पोरवयातच हिच्यावर कुणा तापट डोक्याच्या वानर घुसखोरानं हल्ला केला होता. आईकडून हिसकावून हिला पळवली होती. चावा घेऊन टाकून दिली होती. हिला डावा हात दंडापर्यंतच होता. थोट्या हातानंच ही आजवर जगली होती. तशीच तान्हं पोर पोटाशी वागवायची. खायची, प्यायची, भांडणात सगळ्यांच्या आधी पुढं व्हायची.

आणखी एक 'काणी' होती. ही एका
डोळ्यानं अधू होती.

शिवाय एक 'लाजरी' होती.

– आणि 'बोकांडी' होती.

लाजरी आपली बरी वानरी होती.
तिच्यात काही व्यंग नव्हतंच; पण काहीही
नेहमीपेक्षा वेगळं झालं, संकटाची चाहूल
आली रे आली की, आधी खोडाआड,

पानाआड, जमिनीवर असली तर वारुळाआड; अगदीच काही नाही, तर दुसऱ्या वानरीच्या पाठीमागं दडायची.

ही वयानं चौदा महिन्यांची होती.

बोकांडीला फारच चमत्कारिक सवय होती. ती अंगानं चपळ होती. हातीपायी धडधाकट होती, पण फार भांडखोर होती. तिची ही भांडणं कुटुंबातल्या वानरींशी तर व्हायचीच; पण ही दुसऱ्या टोळीतल्या वानरींशीही मुद्दाम भांडणं उकरून काढायची आणि जिच्यावर हिचा जास्ती राग असायचा, अशा वानरीला बेसावध गाठून ही चारी पायांनी तिच्यावर उडी घ्यायची. त्यामुळं हिला वानरी फार भ्यायच्या.

या सातजणींशिवाय आणखी दोघी थकलेल्या वानरी टोळीत होत्या. 'बोथरी' फारच थकलेली होती. तिचं नाक फेफटं झालं होतं. डोळ्यांभोवती सुरकुत्या पडल्या होत्या. अंगावरचे केस झडले होते. दात पडल्यामुळे तिचा चेहरा जास्ती म्हातारा दिसायचा. सदा केविलवाणा भाव तिच्या डोळ्यांत दिसायचा.

हिची एक धाकटी बहीण होती. तीही अशीच मळकट दिसायची. ही टोळीत असून नसल्यासारखी होती. मागं-मागं राहायची. जेव्हा तेव्हा पेंगायची.

चारही पोरं अजून तान्ही होती. दोन तर अजून काळुंद्रीच होती. जन्माच्या वेळी अंगावर जी काळीकरडी लव असते, तशी त्यांच्या अंगावर होती. कातडी इतकी पारदर्शक होती की, रक्ताचा रंग उमटून त्या पोरांची तोंडं, कान आणि कुले लालचुटूक दिसत.

दोन लेकरं थोडी मोठी होती. एकाचा रंग विटकरी झालेला होता आणि एक जवळजवळ तीन महिन्यांचं होतं. त्याचा चेहरा मात्र पुरा काळा झालेला होता.

नुकत्याच वयात आलेल्या दोन वानरी म्हणजे टोळीला जोखीमच होती. कधीकाळी त्यांच्यामुळेच भटक्या नरांचा हल्ला होऊ शकला असता.

सव्वा-दीड वर्षांची अशी तीन नर-पोरं होती. त्यांचं भवितव्य मात्र काही सांगता येण्याजोगं नव्हतं. धाकटी होती, म्हणूनच ती अजून आईच्या टोळीत टिकून होती. थोडी वयात आली की, त्यांची टोळीतून हकालपट्टी होणार होती. मग त्यांनी कुठंही जावं, कसंही राहावं. सत्तास्पर्धेत घुसून भाग घ्यावा, कधी मार खावा, कधी द्यावा. निर्दयपणानं सुळे चालवून आपलेच सगेसोयरे, भाईबंद यांना रक्तबंबाळ करावं, ठार करावं किंवा रक्तबंबाळ होऊन ठार व्हावं. कोल्हे, तरस, घारी, गिधाडं यांचं भक्ष्य व्हावं.

दुपारची डुलकी झाल्यावर, पुन्हा कोवळी पानं, भेंड, कळे, मोहाची दोडी फळं

खात, उड्या हाणीत हळूहळू वानरांची टोळी पाण्याच्या दिशेनं सरकू लागली.

कडक उन्ह होतं. अशा उन्हात जिवाचं पाणी-पाणी होणं अगदी साहजिक होतं, पण पाण्यावर जाणं, ही या निर्मनुष्य अरण्यात फार जोखमीची गोष्ट होती. इथं पाण्याच्या आसपास आणि पाण्यात काळच दबा धरून बसला होता. पाणी हे जीवन होतं, तसंच मरणही होतं. म्हणून वानरं कधी मोठ्या जलाशयावर तहान भागविण्यासाठी जात नसत. ओढ्या-ओघळींच्या डबक्यातलं चुळकाभर पाणी त्यांना पुरेसं होई.

आता उष्णकाळ होता. जंगलातलं सगळीकडचं पाणी आटलेलं होतं. तळ्याच्या काठी जाऊन पाणी पिण्यावाचून दुसरा काही पर्याय नव्हता.

या झाडावरून त्या झाडावर उड्या टाकत, तळ्याकाठच्या एका उंच सागावर हळूहळू सगळी टोळी जमा झाली. हे झाड पाण्याच्या काठावर होतं. सुमारे साठ पावलांचं अंतर होतं आणि ते अंतर पार करून पाणी पिऊन, परत झाडावर येणं हीच गोष्ट फार जोखमीची होती. साग झाडीच्या कडेवर होता. मागे टेकडी होती आणि गर्द झाडं-झुडपं होती. या जाळकटात दबा धरून कोणीही हिंस्र पशू बसला असण्याची शक्यता होती.

मुडा आपल्या टोळीसह या झाडावर काही वेळ बसला. सर्वांनी आपल्या तीक्ष्ण नजरेनं आजूबाजूचं रान निरखून घेतलं. काही गडबड न करता सगळी टोळी गप्प अशी सागाच्या झाडावर काही वेळ बसून राहिली.

कोणतीही धारिष्ट्याची गोष्ट करताना आणीबाणीचे क्षण अगदी थोडे असतात आणि त्यांना सामोरं जाणं हीच खरी परीक्षा असते.

ही जोखीम घेण्याची जबाबदारी आता सर्व टोळीपैकी फक्त दोघांवर होती – तरणीवर आणि मुडावर. या दोघांपैकी कोणी पुढं झाल्याशिवाय, तहानेनं व्याकूळ झालेल्या वानरांपैकी कोणीही जागचं हलणार नव्हतं.

टोळीतील सर्व जाणती वानरं आता फार गंभीर दिसत होती. मुडा विशेष गंभीर होता. तरणीही विशेष गंभीर होती.

अखेर मुडानं धारिष्ट केलं. तो सरासरा झाडाचं खोड उतरून दाणदाण उड्या घेत उतार उतरला आणि सावधगिरी म्हणून पाण्यापासून पंधरा-वीस पावलं अंतरावर गवतात बसून राहिला.

सगळी वानरं स्तब्ध राहून बघत होती.

बाजूच्या झाडीतून झेपावत काळ आला, तर जिवाच्या करारानं, सगळं बळ एकवटून वाऱ्याच्या वेगानं सुसाट पाठीमागं पळणं आणि उतरला तो साग चपळाईनं पुन्हा चढणं एवढंच मुडाला करता येण्यासारखं होतं. पळण्यावाचून दुसरं कोणतंही संरक्षक हत्यार त्याच्यापाशी नव्हतं. त्याला तीक्ष्ण नख्या नव्हत्या, अक्राळविक्राळ जबडा नव्हता. पोलादी कवच नव्हतं. माथ्यावर जबरदस्त शिंगं नव्हती.

सावकाश असे काही ताणलेले क्षण गेले.

काही वावगं घडलं नाही.

मग शेपूट वर करून पावलं टाकत मुडा पाण्याच्या अगदी काठाशी गेला. ओल्या काठाशी जाऊन बसला. त्यानं चौफेर बघून घेतलं. काही धोकादायक असं दिसलं नाही.

पण खरे आणीबाणीचे क्षण इथून पुढे होते. पाणी पिण्यासाठी दोन्ही हात जमिनीला टेकून मुडाला वाकावं लागणार होतं. तोंड लावून पाणी प्यावं लागणार होतं आणि एकवार तोंड पाण्याला लावल्यावर मागून कोण येत आहे, हे त्याला मुळीच समजणार नव्हतं. गंभीरपणानं पाण्यातल्या आपल्या प्रतिबिंबाकडे बघत मुडा बसून होता.

तरणीनं मग धारिष्ट्य केलं. ती सरासरा साग उतरून झेपावत थेट पाण्याकाठी आली आणि मुडाच्या पाठीशी हातभर अंतरावर बसून तिनं चौफेर नजर टाकली. मागून कोणी नकळत येणं फारच कठीण आहे, हे तिला माहीत होतं. कारण अजून सागाच्या झाडावर बसून राहिलेल्या टोळीनं तत्काळ चीत्कार करून तिला सावध केलं असतं.

मागं 'तरणी' आहे, हे बघताच दोन्ही हात गवतात ठेवून मुडा खाली वाकला आणि त्यानं पाण्याला तोंड लावलं.

तब्बल चार-पाच क्षण त्यानं पाण्याला लावलेलं तोंड वर उचललं नाही.

मग तीन पोरं धिटावून खाली उतरली आणि मुडाच्या ओळीत पंगतीला बसावी, तशी पाण्याच्या काठी बसली.

आकंठ पाणी पिऊन होताच तत्काळ मुडा उडाला आणि या धोकेबाज पाण्याकाठी

क्षणभरही न रेंगाळता सागाकडे धावला.

धीट पोरं मागं बसलेली बघून तरणीनं, मुडानं ज्या जागी पाण्याला तोंड लावलं होतं, त्याच जागी तोंड घातलं. तिचं पाणी पिऊन अजून संपलं नाही, तोवरच एक पोर पुढं होऊन ओणवं झालं. त्यानं पाण्याला तोंड लावलं. दोघं पोरं राखणदारासारखी मागं बसूनच होती.

अशा पद्धतीनं पाणी पिण्याचा हा विधी चांगला अर्धघटका चालू राहिला आणि निर्वेधपणानं पाणी पिऊन सगळी टोळी पुन्हा उड्या ठोकीत पांगली.

संध्याकाळी दिवस बुडायच्या वेळेला एका मोठ्या विस्ताराच्या काकडवृक्षावर टोळी असताना, अचानकपणे पलीकडच्या नाल्यातून उंच स्वरात मोराच्या केका ऐकू आल्या.

सर्व टोळी सावध झाली. काही क्षण, होती त्या ठिकाणी स्तब्ध राहिली.

मोरापाठोपाठ भयचकित चितळ-हरणाची मादी 'पुकऽपुक' अशी तीन वेळा कोकली आणि ही मादी आणि तिचं पाडस वेगानं उड्या घेत, टोळी बसली होती त्या वृक्षाखालून गेली. पातेऱ्याचा खसपसाट झाला आणि विरला. वानरांचे जीव कानात गोळा झाले.

गवत-पाला खाऊन राहणाऱ्या प्राण्यांना खाणारा कोणी हिंस्र पशू शिकारीसाठी बाहेर पडलेला होता. आणि आज कोणी ना कोणी त्याच्या जबड्यात हे जाणारच होतं.

कोण?

ही धावाधाव आणि पळापळ कदाचित उभी रात्र चालणार होती. वारंवार इशारे देणारे आवाज उठणार होते. कधी चितळ-मादीचं, कधी सांबराचं, कधी रानडुकराचं केकाटणं, कधी टिटवीचा कर्कश ओरडा.

एकाएकी टोळीतल्या वानरांना मुडाचा इशारा ऐकू आला, 'खकर्रऽऽ खक्, खकर्रऽऽ खक्, खकर्रऽऽ खक्खक्...' हा सावधानतेचा इशारा होता : 'पोरं सांभाळून झाडावर, शक्यतो उंचावर जा. सावध बसा. अजिबात हलू नका. नाहीतर मराल. खाली काळ टपून बसलेला आहे.'

वानरं काही मिनिटं धोंड्यासारखी गप्प राहिली.

पार पलीकडे उंच झाडावर बसलेल्या या मुडानं पुन्हा इशारा दिला.

वानरं गप्प राहिली. आयांनी पोरं छातीशी घट्ट धरली. कळती पोरं खारीसारखी फांद्यांच्या उलट्या बाजूनं खोडांना चिकटली.

'बोथरी' इतका वेळ दात विचकत, उंचावरची फांदी धरून बसली होती. तिला ऊर्मी आली की, आपण हे झाड सोडावं, धूम पळावं आणि शेजारी असलेल्या दुसऱ्या सुरक्षित झाडावर जावं.

तत्काळ ती उतरली. ही, ती फांदी करत खोडावर आली. खाली उतरली. इकडं-

तिकडं बघून तिनं एक झाड हेरलं. ते पंचवीस-एक पावलांवर होतं. मधे गवत होतं. भुईतून फुटून वर आलेले तेंदूच्या पानांचे तांबूस लुसलुशीत कोंब होते. लहान झुडपं होती. वाळून कडंग झालेल्या सागांच्या पानांचा वाऱ्यानं लोटून आणलेला पातेरा होता.

बोथरी शेपूट उभारून धावली. पातेऱ्यावर आवाज झाला आणि एका झुडपाआडून रानकुत्र्यानं झेप घेतली. ती झेप नेमकी बोथरीच्या अंगावर पडली. बोथरी पातेऱ्यात लोळताच कुत्र्यानं आपल्या पोलादी जबड्यात तिचा गळा घेतला आणि जबड्याचा चाप खटकन मिटला.

बोथरीच्या शेपटात, हातापायांत एकाएकी विलक्षण बळ आलं. संतापलेल्या नागानं फणा आपटावा, तसं तिचं शेपूट जमिनीवर आपटलं. कुत्र्यानं जबड्याची पकड जास्ती घट्ट केली. पुढचा एक पंजा बोथरीच्या छातीवर दाबला आणि दोन-तीन हिसडे दिले.

निर्जीव चिरगुटासारखं बोथरीचं अंग लुळं पडलं. त्यासरशी आणखी एक कुत्री धावत आली आणि तिनं बोथरीच्या मांडीचा लचका तोडला. लुटुलुटु धावत तिची सहा पिलं आली. ही वयानं चार महिन्यांची होती. सहा पिलं, त्यांची आई आणि बाप ताज्या भक्ष्यावर तुटून पडले.

दोन-अडीच घटका गेल्या आणि त्या जागी काही उरलं नाही.

थोडे रक्ताचे शिंतोडे, म्हाताऱ्या वानरीचे पुंजकाभर केस. बाकी काही नाही. फक्त वास! रक्ताचा, आतडं फुटून सांडलेल्या चारवटाचा, शेणाचा!

कुत्रा, कुत्री आणि बोथरीच्या मांसानं टिचून भरलेल्या पोटांच्या झोळ्या लोंबणारी तिची सहा पोरं नाल्याच्या धशीला गेली. गारवा बघून कुत्रा पसरला. पुढं जाऊन कुत्री पसरली. तिला लागूनच तिची सहा पोरं आईच्या पोटावर तोंड टेकवून एकमेकांच्या अंगावर चढून पसरली. त्यांची पोटं श्वासाबरोबर हलत राहिली. अधूनमधून कान टवकारत राहिली.

भयाकुल वानरांची टोळी नंतर बराच वेळ दात वाजवत, गुरगुराट करत, फांद्या हलवत राहिली. वानरींनी एकमेकींना धावून-धावून मिठ्या मारल्या. जाणती नरपोरं एकमेकांवर चढली. लहान पोरांनी तोंड कानांपर्यंत फाकून वारंवार किंकाळ्या फोडल्या.

बऱ्याच खालच्या फांदीवर येऊन धीट नरपोरांनी वाकून-वाकून त्या जागेकडं पाहिलं. वारंवार दात विचकले.

वासाखेरीज तिथं आता काही निशाणी राहिली नव्हती.

■

२

पहाट झाली की, झाडावर झोपलेली टोळी जागी होई. सुरुवातीला काहीजण हलत. बसण्याच्या तऱ्हा बदलल्या जात. तोंडाला तोंड दिसायला लागलं की, ही हालचाल जास्त जास्त होऊ लागे. तान्ही पोरं किरकिरायला लागत. वानरं या फांदीवरनं त्या फांदीवर हिंडू लागत. सूर्य उगवून वर आला की, झाडाच्या शेंड्याला कोवळं उन्ह खात, नाही तर खाली जमिनीवर उतरत.

सकाळचा वेळ इकडून तिकडं हलण्यात, पोटपाणी करण्यात जाई.

वाफेवर आलेल्या वानरी आपल्या नादात असत.

पोरं पळापळी खेळत.

दोन प्रहरी सगळी टोळी शांत असे. वानरं एकमेकांशी बसून बारीक नजरेनं एकमेकांची अंगं साफ करत. पोरं आयांच्या पोटाशी चिकटून पेंगत.

तिसऱ्या प्रहरी पुन्हा हालचाल सुरू होई. फळं, पानं खात, उड्या घेत हळूहळू सगळी टोळी रात्रीच्या मुक्कामाकडे सरकत राही. हे पसंतीचं झाड येईपर्यंत दिवस डोंगराआड जाऊन संधिप्रकाश येई. झाडावर पुन्हा मी तू, तू मी सुरू होई. फांद्या हलत राहत. पोरं ओरडत, थोर गुरगुरत. या डहाळीवरून त्या डहाळीवर अशी हालचाल सारखी होत राही. घटकाभर ही गडबड चालल्यावर मग शांतता होई. लेकुरवाळ्या वानरी एकमेकींच्या सोबतीनं झोपत. नर, प्रौढ पण छातीशी पोर नाही, अशा वानरी झाडाच्या विस्तारावर पसरून-पसरून अशा झोपत.

रात्री बहुधा शांत असे. मधूनच एखाद्याला जाग येई. एखादी या अंगावरची त्या अंगावर होई. अंधाऱ्या रात्री एखाद्याला जाग आली आणि त्यानं बैठक बदलल्याचा

आवाज झाला की, इतरांची झोप चाळवली जाई. मुताच्या तुरतुऱ्या एकापाठोपाठ एक अशा सुटत. लेंडकं टाकली जात. खालच्या पाचोळ्यावर आवाज होत राही.

सकाळी मुडा सर्वांत उंच फांदीवर चढून चौफेर बघे आणि तोंड आभाळाकडे करून 'हूप... हूप' असा जोरात आवाज करी. हा आवाज खूप दूरवर ऐकू जाई आणि तत्काळ कुठून कुठून त्याला उत्तर येई.

यात एक उत्तर 'लालबुड्या'चं असे. हा मुडाचा शेजारी होता.

शेजाऱ्याचं उत्तर आलं की, मुडा खाली उतरे. आज टोळीनं कुणीकडल्या रानात खाणं धुंडायचं, हे ठरवून तिकडं जाण्याचा उद्योग सुरू होई.

दिवस उगवून चार घटका झाल्या नाहीत, तोवरच उन्हाचा सणका सुरू झाला. झाडाझुडपांत रमण्याऐवजी मुडा वानर आणि त्याचा परिवार आज जमिनीवर उतरला. मोठ्या चारोळीच्या वृक्षाच्या तळाशी चारोळ्यांचा सडा पडला आहे, हा शोध सुरुवातीला उनाडीला लागला. चारोळीचा हा वृक्ष सरहद्दीवरचा होता. इथून पुढं जवळजवळ कोसभर अरण्याचा भाग हा शेजारी टोळीचा होता. या दुसऱ्या तेरा जणांच्या टोळीचा प्रमुख लालबुड्या हा चांगला ताकदवान, वजनदार, वयानं मुडाच्याच बरोबरीचा नर होता. बसलेला उठून हा पाठमोरा झाला आणि उड्या हाणीत निघाला की, याच्या बुडावरची दोन्ही बाजूंची दोन लालसर ठिगळं स्पष्ट दिसायची. यांच्या टोळीत दोन पोरं होती. त्यांना घुलवण्यासाठी उनाडी या ना त्या निमित्तानं त्यांच्या हद्दीकडं जायची. तशीच आज ती निघाली असताना पालापाचोळ्यात असलेला चारोळ्यांचा सडा तिला दिसला. तरणी पोरं विसरून ती चारोळ्या दातानं फोडून आतला गर खाण्यात रमली. तिला बघून लाजरी खाली आली आणि पातेरा उलटापालटा करू लागली. मागोमाग लांडी खाली उतरली. मग थोटी, मग काणी, पाठोपाठ बोकांडी. ती दोन, सदा हंगामा-हुतुतू घालणारी पोरं, असा सगळा परिवारच चारोळीच्या झाडाखाली गोळा झाला.

उंचावर बसून मुडा बघत होता. 'तरणी' बघत होती. सगळीजणं खाली माना घालून पातेऱ्यात काय शोधताहेत, काय कुडुम-कुडुम खाताहेत?

पाव-एक घटका झाली. एकमेकांना विसरून एकाग्र चित्तानं सगळी खातच राहिली. तेव्हा मात्र आपली डहाळी सोडून पहिल्यांदा तरणी खाली आली. आली, ती अधिकाराच्या तोऱ्यानंच! पोटाची तान्ही पोरं आवरत थोटी, लांडी, बोकांडी बाजूला सरल्या. त्यांची खळंभर जागा बळकावून तरणी आपलं टपोरं पोट सावरीत चारोळ्या शोधू लागली.

मग शेपटाची चवरी उभारून मुडा खाली आला. तो येताच पहिल्यांदा पोरं दबून बाजूला झाली. सगळ्यांनीच आदब दाखवली. सगळीच हात, दोन हात बसल्या

जागेहून बाजूला सरकली.

त्या सगळ्यांपेक्षा थोडा बाजूला राहून मुडाही पातेऱ्यात बोटं ओढू लागला. रुचकर चारोळ्या खाऊ लागला.

मेलेल्या बोथरीची म्हातारी बहीण फांदीच्या दुबेळक्यात बसून पेंगत होती. मधूनच मिटल्या डोळ्यांनी माशा वारत होती.

पलीकडे हाकेच्या अंतरावर झाडाझुडपांनी भरलेलं टेकाड होतं. त्याच्या माथ्यावर हत्तीएवढ्या आकाराची काळी शिळा होती. तिच्यावर ते परवाचे सहाही घुसखोर बसून एकटक या टोळीकडे बघत होते.

हे लुटारू पेंढारी, म्हणजे तोंडाभोवती भरपूर झिंज्या असलेला 'मोगा' आणि त्याचे पाच तरणेबांड साथीदार होते.

चार वर्षांमागं मुडानं, मोगा ज्या वानरांच्या टोळीतला, त्या टोळीवर हल्ला केला होता. वयानं उताराला लागलेल्या प्रमुख नराशी हाणामारी करून त्याचा डावा खांदा फाडला होता. पराभव पत्करून आपला जनाना, लहान-धाकटी पोरंबाळं सोडून तो पळाला होता. तो पळताच मुडानं मोगा आणि ही पाच नरपोरंही धुडकावून लावली होती. आपल्या पाच साथीदारांना घेऊन मोगा एवढा काळ दूर-दूर भटकत होता. त्याला स्वत:ची टोळी नव्हती. भूमी नव्हती. पेंढाऱ्यासारखा तो लूटमार करत होता. दुसऱ्याच्या हद्दीत शिरून हे खात होते. दिशाहीन भटकत होते. ही पोरं हळूहळू मोठी होत होती.

महिन्यांमागून महिने गेले. मोहाची, सावरीची, पळसाची झाडं तीनदा उजाड झाली आणि पुन्हा जोमानं फुलली.

आज ती पाची पोरं वयात आली होती. साडेचार-पाच वर्षांची झाली होती आणि मुडा ऐन तारुण्यात म्हणजे सहा वर्षांचा झाला होता. कधी काळी बळकावलेली आपली वडिलोपार्जित सत्ता परत घेण्यासाठी मोगा अनुकूल संधीची वाट बघत होता. अनुभव नसला, तरी त्याच्या जोडीदारांपाशी ताकद होती. तारुण्य होतं. आता तो एकाकी नव्हता, त्याच्याच परिवारातली पाच जवान पोरं त्याच्या मदतीला होती.

झपाटलेल्या वास्तूभोवती भुतं वावरावीत, तशी ही सहाजणं मुडाच्या मिळकतीभोवती वावरत होती. त्यांना माद्या हव्या होत्या, फळझाडं हवी होती. टोळीवर सत्ता हवी होती. सत्ता मिळताच लुटारू मोगाला टोळीच्या प्रमुखाची प्रतिष्ठा मिळणार होती. निवडक फळं, निवडक जागा, निवडक माद्या, असं जे-जे निवडक, मिळवायला कठीण, ते-ते याला सहज मिळणारं होतं आणि शिवाय सर्वांकडून आदब मिळणार होती. सगळे त्याला भिऊन राहणार होते.

मुडा आणि त्याचा परिवार खाली माना घालून चारोळ्या वेचण्यात व्यग्र होता. त्यांना दूर दगडावर बसलेल्या या डाकूंचा काही सुगावा नव्हता.

इकडे शेजारधर्म पाळून राहणाऱ्या लालबुड्या नरानं मोवईच्या उंच शेंड्यावर चढून आसपासचं रान न्याहाळलं, तेव्हा सरहद्दीवरच्या झाडाखाली जमून मुडा आणि त्याची टोळी चरताना दिसली. पुन:पुन्हा टवकारून त्यानं पाहिलं, खात्री करून घेतली आणि माना पाठीमागं झुकवून 'हूप... हूप' असे आधी अंतराअंतरानं तीन आणि मग जलद तीन आवाज केले. गदागदा फांद्या हलवल्या. या फांदीवरनं त्या फांदीवर लांब उड्या ठोकल्या. गुरगुराट केला. करकरा दात चावले.

हा आवाज येताच मुडाची सगळी टोळी सावध झाली. पोरांच्यात पळापळ झाली. मुडा चारोळीच्या झाडावर सरासरा चढला आणि त्यानंही भूपकार करून फांद्या हलवल्या, डोंबाऱ्याप्रमाणं बेधडक उड्या ठोकल्या. ती टोळी तिकडून इकडं सरकायला लागली, तशी हीही त्या दिशेनं सरकली.

हां-हां म्हणता दोन्ही टोळ्या एकमेकींना भिडल्या. दोन्ही टोळ्यांतील वर्षा-दीड वर्षांची पोरं एकमेकांवर धावून गेली.

लालबुड्या उड्या घेत चालून आला. त्याला बघताच मुडानं जमिनीवर उडी ठोकली. उघड्या तोंडानी दोघं एकमेकांचा अदमास घेत मधे दोन वाव अंतर ठेवून चार पायांवर उभे होते. माद्या बाजूला राहून बघत होत्या.

लालबुड्याचं धैर्य एकाएकी गळालं आणि पाठ फिरवून तो पळाला. तत्काळ त्याच्या मागोमाग मुडा लागला. ज्या झाडावरून उतरला होता, त्या झाडावर सरासरा चढून लालबुड्या पार वर जाऊन बसला. या झाडाच्या खोडावर अर्धवट चढून मुडानंही पाठलाग मधोमध सोडून दिला आणि माघार घेतली.

खरंतर इथं भांडण संपायला हरकत नव्हती; पण थोटीला एकदम आवेश संचारला. आपलं पोर उनाडीशेजारी सोडून, ती चवताळून शेजारच्या टोळीतल्या वानरींच्या अंगावर धावली. मग मात्र या टोळीतल्या चार आणि त्या टोळीतल्या चार अशा जाणत्या वानरी दोन रांगा करून भांडायला बसल्या. समोरासमोर बसून एकमेकींच्या अंगावर खेकस, चापट्या हाण, केस धरून ओढ, असा एकच गदारोळ सुरू झाला. तरणी पोटुशी होती, म्हणून बाजूला बसून बघत राहिली; पण तान्ही पोरं पोटाशी धरून वानरी कडाकडा भांडत राहिल्या. रागानं भुई बडवत, एकमेकींना वेडावू लागल्या.

पोरांनी एकमेकांचा पाठलाग सुरू केला. पळापळी, खेकसाखेकसी चालू राहिली.

मधूनच दोन्ही बाजूंचे भांडखोर माघार घेऊन गप्प राहत. खाणं सुरू करत. एकमेकांच्या डोळ्याला डोळा देणं टाळत. दोन घटका वेळ शांततेत जाई आणि सगळं शांत झालं असं वाटतं आहे, तोवर पुन्हा एकमेकांचा पाठलाग, चीत्कार,

गुरगुराट चालू होई.

पोरी फार दंगा करत नसत, पोरं करत. वर्षा-दीड वर्षांची पोरं तर फारच धाडसानं वागत. आपल्यापेक्षा वयानं आणि ताकदीनं कितीतरी मोठ्या अशा नरावर ती धावून जात. नकळत त्याचं शेपूट ओढत. नरानं नुसतं अंगावर धावल्यासारखं केलं तरी जिवणी फाकून, दात दाखवून भेदरट, कांगावखोर आवाज करत. जाणत्या वानरांना तत्काळ कळे की, हा सगळा वात्रट पोरांचा खेळ आहे. ती पोरांच्या असल्या उपद्व्यापाकडे दुर्लक्ष करत.

पोरांना ही शाळा होती. सगळ्या डावपेचांचं शिक्षण त्यांना असंच मिळवावं लागे.

संध्याकाळ होत आली, तरी शेजाऱ्या-शेजाऱ्यांतली ही लुटुपुटीची लढाई संपली नाही. चालूच राहिली. वारंवार लालबुड्या भूपकार करी आणि मुडावर चालून येई. मुडा त्याला आपल्या हद्दीबाहेर हाकून लावण्यासाठी जोरदार पाठलाग करी. आता हे एकमेकांचा जीव घेणार, अशा निकरावर दोन्ही नर येत आणि तोंड फिरवून माघार घेत.

या दोन्ही टोळ्यांतली भांडणं नवी नव्हती. चार-आठ दिवसांनी कधीतरी दोन्ही टोळ्यांची भेट होई आणि ती झाली रे झाली की, नरानरांत, माद्यामाद्यांत, पोरापोरांत जोरदार भांडण झडे. यात एक मात्र सांभाळलं जाई की, खोटं म्हणता म्हणता खरं भांडण होऊ नये, याला सगळे जपत.

निकराच्या चकमकीत विनाश होत. तो टाळून आपापल्या ताकदीचं प्रदर्शन प्रतिस्पर्ध्याला व्हावं, असाच सगळा रोख होता.

आज मात्र एक लहानशीच, पण गंभीर गोष्ट झाली. सगळ्यांपासून थोडी बाजूला अशी थोटी आपल्या पोराला छातीशी घेऊन बसली होती. ती सावध नसताना एकाएकी शेजारच्या टोळीतली एक लहान वानरी आली आणि तिनं थोटीच्या पोराला हात घातला. थोटीला हे काही नवं नव्हतं. एरवीसुद्धा टोळीतल्या टोळीतही तान्ही पोरं उचलून पळवायची हौस पुष्कळांना होती. लेकुरवाळ्या वानरी सोडल्या, तर पोरीटोरी, तान्हं पोर छातीशी नसलेल्या वानरी पोर घेऊन जायच्या, हिंडवायच्या. आईला तेवढीच मोकळ्या अंगानं खाऊन घ्यायला सवड मिळायची. छातीत दूध तयार होण्यापुरता अवसर मिळायचा. पोरीटोरींनाही लेकरू कसं धरावं, उडी कशी मारावी, हे शिकायला मिळायचं. नकळत पोराचे हाल होऊ लागले की, ते मोठमोठ्यांदा तक्रारी सुरात ओरडत राहायचं. ते ओरडणं कानावर आलं की, आई धावत जायची आणि रडणारं लेकरू उचलून त्याला गप्प करायची.

थोटीनं आपलं तान्हं लेकरू छातीशी घट्ट धरून तोंड फिरवलं. कुणा परक्याच्या हाती तिला आपलं लेकरू जाऊ द्यायचं नव्हतं. चांगली ओढाओढ सुरू झाली. मधल्या मधे ते पोर घाबरं झालं. एकाच हातानं का होईना, पण थोटी बळ करून लेकरू सोडायला मुळीच तयार नव्हती. या ओढाओढीत दोघीही झाडाबुडी गडगडल्या. पोर आपल्या हाती लागत नाही, हे बघताच त्या काळतोंडीनं पोराच्या मांडीला हलकासा चावा काढला. जिवाच्या आकांतानं पोर ओरडायला लागलं आणि याचे आता आणखी हाल नकोत, म्हणून थोटीनं आपली पकड सैल केली. त्यासरशी काळीनं पोर हिसकलं. एका हातानं पोर पोटाशी धरलं आणि दोन पाय आणि एक हात यावर उड्या घेत ती पळालीसुद्धा! ही हद्द ओलांडून आपल्या हद्दीत गेलीही!

लालबुड्याच्या टोळीत तूर्त तरी तान्हं पोर नव्हतं. जी होती, ती मोठी होती. कोण चौदा महिन्यांचं, तर कोण पंधराचं, अशी! त्यामुळे तान्या पोराचं सगळ्याच वानरींना, पोरींना फार कौतुक होतं.

काळतोंडीनं दुसऱ्या टोळीतून पोर पळवून आणलं म्हणताच ते तिच्याकडून घेण्यासाठी झुंबड उडाली. पहिल्या मानाची सर्वांत बलिष्ठ वानरी होती, तिचं दुसरं पोर नुकतंच गेलं होतं, त्यामुळे ती आधी धावत आली आणि काळतोंडीच्या हातनं तिनं पोर हिसकावून घेतलं. मोठ्या छातीच्या या वानरीला चिकटताच थोटीचं तान्हं पोर थान शोधायला लागलं. त्यासरशी हिनं त्याला एक पाय वर करून पायानंच झिंजाडलं आणि उडी मारून ती गेलीही.

काळतोंडीनं पोर पुन्हा उचललं आणि थोडी बाजूला जाऊन ती बसली. आधी पोराच्या शेपटाला धरून तिनं त्याला उलटं केलं आणि त्याच्या बुडाकडे निरखून बघितलं; हे पोर नर आहे की मादी आहे? ही अवस्था थोटीच्या बाळाला काही सुखाची नव्हती. ते दोन्ही कानांपर्यंत तोंड फाकून कोकलत राहिलं. त्याला भीती घालण्यासाठी काळतोंडीनं चिमटा घेतला. तरीही ते गप्प झालं नाही. जास्तीच ओरडायला लागलं. तेव्हा काळतोंडीनं त्याला कठीण जमिनीवर दडपून, दोन्ही हातांनी दाबून ठेवलं. पोर साहजिकच क्षण, दोन क्षण गप्प झालं.

टोळीतली कुणी दुसरी वानरी धावत आली व तिनं पोराची सुटका केली.

दोन-तीन घटका थोटीचं तान्हं पोर हिच्याकडून तिच्याकडे असं टोळीभर फिरत राहिलं.

मग धाडस करून थोटी, उनाडी आणि लाजरी धावून गेल्या. उनाडीनं आणि लाजरीनं काळतोंडीला धरून ठेवलं आणि थोटीनं एका हातानं आपलं पोर ओढून घेतलं.

या झटापटीत काळतोंडीनं तिला फटकावलंच. थोटीचा वरचा ओठ चांगला बोटाच्या पेऱ्याएवढा फाटला. तांबडीलाल फट पडली. रक्ताचे थेंब तिच्या हनुवटीच्या

पांढऱ्या केसांना शिंतडले; पण सगळ्यांना चुकवून या तिघी वानरी पोराला परत घेऊन आपल्या टोळीत माघारी परतल्या.

सूर्य मावळला. रातव्या पाखरांनी 'चक्कुऽऽ चक्कुऽऽ चक्कुऽऽ' असा ठेका धरला. तहानेनं व्याकुळलेली चितळं-हरणं तळ्याकडं सावकाश सरकू लागली. पानांवर रेषा असाव्यात, तशा

या अरण्यात जनावरांच्या पायांनी पडलेल्या पायवाटा होत्या. त्या अरुंद पायवाटांवरून, सावधगिरी घेत कुठं सांबर-मादी आणि तिचं पोर, कुठं गव्यांचा कळप, कुठं एकुलगा डुक्कर, कुठं डाडर आणि तिचं लेंढार... असे पाण्याकडे जाऊ लागले. त्यांच्या पायांचा खसपसाट पातेऱ्यावर होऊ लागला. उंच स्वरात रातकिड्यांचा कोरस सुरू झाला. हळूहळू जंगल अंधारात बुडू लागलं.

लालबुड्याची टोळी उशिरापर्यंत दिशाहीन अशी या झाडावरून त्या झाडावर हिंडत होती.

रात्री झोपायचं झाड ठरविण्याचं काम नेहमी लालबुड्या करी. आज त्याचा पत्ता नव्हता. जाणत्या माद्यांनी रेंगाळून त्याची वाट बघितली; पण लालबुड्याचा आवाज ऐकू आला नाही. डहाळ्या हादरल्या नाहीत. पुष्कळदा त्याच्यात आणि परिवारात अंतर पडे; पण सूर्य मावळताच दुरून त्याचे भूपकार ऐकू येत. त्या दिशेनं सगळे हळूहळू जात.

यानं झोपायचं झाड शोधलेलंच असे. भरपूर उंचीचं, सरळसोट खोडाचं, भरपूर विस्तार असलेलं, असं हे झाड असे. त्याच्या बुडाशी असलेल्या उंच-उंच गवतात कधी गव्यांची बसायची जागा असे. चार-सहा गायी, वासरं, तांबडे खोंड जोरजोराने श्वास सोडीत घोळामेळानं बसलेले असत. त्यांना पाहून लालबुड्या निर्धोक होई. सावध बुद्धीची वानरं या झाडावर निर्वेधपणे झोपत. त्यांच्या सोबतीला लाल डोक्याचे पोपट, टकाचोर, किलकिल्या असली पाखरं असत.

बराच वेळ वाट बघूनही लालबुड्याचा आवाज आला नाही, तेव्हा टोळीतल्या माद्यांत सर्वांत वरचढ मादी होती, तिनं झाड शोधलं. टोळीच्या हद्दीतलं हे झाड होतं. बरंच उंच होतं आणि याच्या बुडाशी खळं धरून एक भलामोठा सांबर-नर बसला होता. वानरं निर्वेधपणानं या झाडाच्या डहाळ्या धरून झोपली.

सकाळी झोपेतून जागं होताच आज कुणीकडच्या दिशेनं जायचं, हे ठरवायचं काम लालबुड्या करी. दणादण उड्या हाणत तो आधी झोपायचं झाड सोडून खाली उतरे. उघड्या जागी जाऊन बसे. त्याच्या मागोमाग प्रौढ वानरी, तरण्या पोरी, पोरं जात. सगळा जमाव एकत्र होई. आपल्या हद्दीत कुठं, कोणतं झाड फळाला आलं आहे, हे लालबुड्याला माहीत असे. तरी काही वेळ, कुणीकडं जावं याचा निर्णय करता येत नाही, अशी त्याची मुद्रा दिसे. काही वेळ थंड बसण्यात जाई. मग एकाएकी लालबुड्याचा निश्चय होई आणि तोंड फिरवून तो दिशा धरे. मागोमाग सगळे उड्या घेत. शेपटं उभारून सगळी टोळी झाडावर जाई आणि सावकाश सावकाश रायवळ आंब्याच्या दिशेनं सरके. आज हे काम थोराड वानरीलाच करावं लागलं.

लागोपाठ सहा सकाळी टोळी थोराड
वानरीच्या मागोमाग गेली आणि तिनं
शोधलेल्या झाडावरच झोपली. त्यांच्या टोळीचा
प्रमुख एकाएकी नाहीसा झाला होता.
त्याचा मागमूस नव्हता.

सहा सकाळी लालबुड्याचा आवाज ऐकू आला नाही.
तेव्हा मुडानं उंच चढून पाहिलं.
लालबुड्याची सगळी टोळी उघड्यावर बसून
कोणत्या दिशेला जायचं, हे ठरवत होती.
काही प्रतिसाद येतो का, म्हणून मुडानं
हनुवटी वर करून जोरजोरानं तीनदा आव्हानात्मक आरोळी दिली; तरी
काहीही हालचाल झाली नाही, प्रतिशब्द नाही. तेव्हा चौकशी करण्यासाठी तो
लालबुड्याच्या हद्दीत शिरला. दबकत, दबकत शिरला.

सगळी टोळी वडाच्या झाडावर चढून लालचुटूक वडाची फळं खात होती. नुकत्याच शहाण्या झालेल्या वानरीचं त्याच्याकडे लक्ष गेलं. बाकीच्या माद्यांची नजर चुकवून ती बाजूला आली. झाडावरून हळूच खाली उतरली. झुडपाआड गेली. झुडपाआड बसून तिनं आपल्या टोळीकडं बघितलं. काही कुणाला दिसत नव्हतं. मग पलीकडच्या अंजनाच्या झाडावर बसलेल्या मुडाकडं बघितलं. तो टक लावून तिच्याकडंच बघत होता. तत्काळ हिनं आपली मागली बाजू मुडाकडं केली. चार पायांवर उभी राहून शेपूट वर केलं आणि पाणी पडताच अंग झाडावं, तसं ती फक्त डोकंच झाडत राहिली.

मुडाची गुलाबी काठी तत्काळ उभी राहिली.

तो झाडाखाली उतरला आणि वानरीकडे गेला.

तिच्या कुल्ल्यावर हात ठेवून त्यानं चोरासारखं आजूबाजूला बघून घेतलं.

– आणि तो जुगू लागला.

बाकीची सगळी टोळी वडफळं खाण्यात गर्क होती. त्याच्या बरोबरीनं, हिरवे रान एकीकडे बोलत होते आणि फळं खात होते. लाजरे हरेल, धनेश, तांबट, कोकिळा, बुलबुल यांची एकच गर्दी वडावर झाली होती. कोलाहल उठला होता. पिकलेली, अर्धवट खाल्लेली वडफळं टपटप खाली पडत होती. पिकल्या फळांचा सुगंध हवेत भरून राहिला होता.

■

३

लालबुड्या जेव्हा एकाएकी नाहीसा झाला, तेव्हा त्याच्या टोळीत एकूण सात वानरी आणि दोन कळती पोरं होती. सातजणींपैकी तीन जणींच्या पोटात गर्भ होता. दोघी माजावर नव्हत्या. दोघी नुकत्याच शहाण्या झाल्या होत्या. मुडाच्या टोळीशेजारचीच ही टोळी होती. दोन्ही टोळींच्या हद्दी एकमेकांना लागून होत्या. या दोन्ही टोळ्यांत शेजाऱ्या-शेजाऱ्यांत व्हावीत, अशी भांडणं अनेकदा झालेली होती. कुणी कुणाला सर्वस्वी अपरिचित नव्हतं.

मुडाचा डाव असा होता की, दोन्हीही डगरींवर पाय ठेवावेत. एक आपल्या टोळीत रोवलेला तर असावाच; पण या टोळीतही एक पाय असू द्यावा. त्यामुळे त्याची प्रजा वाढणार होती. राज्याच्या सीमा वाढणार होत्या. अन्न वाढणार होतं. मुडा अधिक सामर्थ्यवान होणार होता.

दिवसातला बराच वेळ तो या टोळीतल्या त्या दोघी वानरींसोबत काढायचा. त्या आळीपाळीनं त्याचं अंग विंचरायच्या. संध्याकाळी मात्र मुडा आपल्या कळपात हजर व्हायचा. दिवसा तिकडे थोडा वेळ गस्त घातली की, रात्री आपल्या कायमच्या टोळीत झोपायला यायचा.

एक ना एक दिवस या दोन्ही टोळ्यांतील माद्या एकत्र येतील आणि आपल्या अधिकाराखाली गुण्यागोविंदानं नांदतील, असा त्याला भरवसा होता.

दरम्यान, मोगा आणि त्याचे पाच पेंढारी यांनाही लालबुड्या नाहीसा झाला आहे, याचा सुगावा लागला होता.

दबकत-दबकत एकवार बुटका, भक्कम शरीराचा, तीक्ष्ण दृष्टी असलेला आणि दहा जणांत उठून दिसावा, असा मोगा या कळपात शिरला. नुकत्याच

शहाण्या झालेल्या आणि मुडाला तत्काळ वश झालेल्या त्या वानरीनं लगोलग त्याच्याशी जवळीक केली. ती त्याच्याशेजारी येऊन बसली आणि वाकून-वाकून त्याच्या बगलेखालची बाजू दोन्ही हातांनी स्वच्छ करायला लागली.

काही मिळविण्यासाठी, त्या बदल्यात आपलं शरीर नराच्या हवाली करण्याची ही पद्धत काही मनुष्यप्राण्यानंच स्वीकारलेली नाही!

सगळ्या वानरींच्या देखत तिनं हा नवा धनी निवडला. त्यांनी दुर्लक्ष केलं.

बराच वेळ दोघं एकत्र होती. इतर वानरी चरत होत्या. एवढ्यात एकाएकी मोगा चमकला आणि खाली दबला. वानरीचं लक्ष गेलं, तर पार पलीकडे उंच डहाळ्यांवर बसून मुडा पाहत होता.

आता या दोघा नरांत जोराची हाणामारी होणार, आरोळ्या, धडपडाट, पळापळी असा दंगा होणार आणि दोघांपैकी कोणीतरी एक जण रक्तानं माखून डोळा, कान, बोटं असा एखादा शरीराचा भाग गमावून, पराभूत होऊन पळणार, याची त्यांना कल्पना होती.

ते जाणतं पोर टवकारून बसलं होतं.

मुडाच्या बाजूनं या नव्या घुसखोराशी हाणामारी करण्याचा त्याचा इरादा होता.

वानरी अस्वस्थ झाल्या. एकमेकींच्या अंगावर उडी घेणं, मिठ्या मारून गालाला गाल लावणं असा प्रकार सुरू झाला. काहीजणींनी दातांवर दातही वाजवले.

पण काही व्हायच्या आत मोगा शेपूट वर करून पळाला आणि तत्काळ चोरट्यामागोमाग फौजदार दौडत जावा, तसा मुडा त्याच्या मागोमाग गेला. पार हद्दीबाहेर असे ते दोघे दिसेनासे झाले.

इतके दिवस लुटुपुटीची भांडणं यापलीकडे न गेलेल्या या दोन टोळ्यांत आता सूक्ष्म असा एक वेगळाच संघर्ष सुरू झाला. या संघर्षाचं स्वरूप दोन टोळ्यांतील वानरींचं गंभीर भांडण असं होतं.

या भांडणात धावून-धावून पुढं होणाऱ्या वानरी म्हणजे मुडा वानरनराच्या टोळीतल्याच होत्या. खाणं वेचण्याच्या सोंगानं त्या आपली हद्द ओलांडून शेजारच्या हद्दीत पुन:पुन्हा जात होत्या.

नकळत तिकडच्या माद्यांच्या अंगावर चारी पायांनी अल्लाद उडी घेत होत्या. केस ओढीत होत्या. चपराक हाणत होत्या. गुरगुरत होत्या. शेजारणीकडे बघून पुन:पुन्हा हातांनी जमिनीवर बडवून भांडण उकरून काढत होत्या. त्यांना कधी नव्हे तो विलक्षण चेव आला होता. शेजारणीवर त्या भुंकत होत्या. ठिसकत होत्या. हातांनी जमीन बडवत होत्या.

काळं, चिमुरड्या सुरकुत्यांचं तांबड्या चेहऱ्याचं आपलं तान्हं पोर थोट्या हातानं पोटाशी धरून थोटी नुसती गुरकावायची. पोराला इजा होईल, म्हणून भांडणात पडायला ती राजी नव्हती.

काणीलाही तान्हं पोर होतं. ती हिकमती होती. जवळ कुणी आपली सोबतीण आहे, असं पाहून ती पोराला सोडून दणक्यानं एखाद्या वैरिणीला भिडायची. तिच्या झिंज्या ओढायची, चावायची आणि दुसऱ्या कुणी तिच्या मदतीला यायच्या आत, पुन्हा पळून येऊन, पोराचं शेपूट धरून त्याला ओढून पोटाशी घ्यायची, झाडावर चढायची आणि साळसूदपणे पोराला पाजत बसायची. बोकांडीलाही विटकरी रंगाचं पोर होतं; म्हणजे तान्हंच. तीही पोराला सोडून एखाद्या शेजारणीचा जोरदार पाठलाग करायची. तिच्या बोकांडी बसायची. तिसरं तीन महिन्यांचं जे लेकरू होतं, त्याची बापड्याची आई मरून गेली होती. ते सतत कुणातरी मावशीपाशी खेळायचं. कुणातरी आत्याजवळ जाऊन दुधासाठी कळवळायचं. छातीला लगटायचं. ती लेकुरवाळी आपलं पोर असूनही याला काही वेळ थान चोखू द्यायची आणि आपलं पोर जवळ आलं की, याला ढकलून त्याला जवळ घ्यायची.

लेकुरवाळ्या होत्या; त्या भांडणात जपून पडत होत्या, पण बाकीच्या होत्या; त्या बेधडक धावून जात होत्या. उनाडी आणि लाजरी, तरणी आणि बोथरीची धाकटी बहीण या सगळ्यांनाच फार चेव आला होता.

मुडा त्वेषानं दात खात मोगाच्या मागं धावल्यानंतर काही वेळ पळापळ झाली आणि पुन्हा जणू काही काहीच घडलं नाही, असं दाखवत दोन्ही टोळ्या आपापल्या हद्दीत पोट भरण्याच्या उद्योगाला लागल्या.

चार घटका शांततेत गेल्या.

भर दुपार झाली आणि लालबुड्याच्या टोळीतली, मध्यम वयाची, काळ्या तोंडावर जखमा भरून आलेल्या बोचकाऱ्यांचे पांढरेधोट उभे दोन फटकारे असलेली, जाडी, अंगावर अस्वलासारखे भरपूर केस असलेली वानरी एकाएकी आपलं झाड सोडून मधलं चाळीस पावलांचं अंतर काटून मुडाच्या टोळीवर चालून आली आणि तिनं लांडीचा पाठलाग केला. पोराला पोटाशी धरून लांडी धूम पळत होती, तर मोठमोठ्या उड्या घेत हिनं जाऊन तिला धरली. घाबरून गट्टगोळा झालेली लांडी हिसका मारून सुटली आणि पळाली, तशी तिच्या केसांचा पुंजका जाडीच्या हातात आला.

मग जाडीनं दोघी लेकुरवाळींना ताणलं. थोटीला आणि बोकांडीला.
तान्ही पोरं पोटाशी घेऊन त्या धूमतकाट पळाल्या. त्यांचा पाठलाग
करता-करता एकदम हिनं मोहरा फिरवला आणि ती तरणीच्या
मागं लागली. ती दणादण उड्या हाणत तेंदूच्या गर्द झाडावर
चढली आणि पाल्यांत दिसेनाशी झाली.
मग बिचारी बोथरीची म्हातारी बहीण हिच्या तावडीत सापडली.
तिला पळणं काय झेपणार? ती झुडपांच्या दाटीत घुसून भ्यालेल्या
सशासारखी झुडपाच्या बुडी जाऊन गप्प बसली.
मागच्या पायांवर उभं राहून राहून जाडीनं तिचा शोध घेतला;
पण म्हातारी दिसलीच नाही.
लांडी आपलं तान्हं पोर घट्ट धरून, झाडाच्या खालच्या फांदीवर
बसून ही पळापळ बघत होती. कसं कुणाला ठाऊक,
जाडीचं लक्ष तिच्याकडं गेलं आणि दाणकन उडी घेऊन

ती तिच्याजवळ आली. लांडीचं पोर बघू लागली.
हिनं पोर घट्ट छातीशी धरून तोंड फिरवलं.
शरण जाऊन जाडीची पाठ ती विंचरू लागली.
विंचरता-विंचरता लांडी थोडी बेसावध झाली
आणि ओढून-ओढून जाडीनं
तिचं पोर घेतलं आणि ते घेऊन
ती सुसाट आपल्या टोळीकडे
धावली. पोर सोडवून आणण्यासाठी लांडी
तिच्या हद्दीत धावली.

संध्याकाळी दिवस बुडून झांझड पडेपर्यंत
हा प्रकार वारंवार चालू होता.

मोगाला हाकलून लावल्यानंतर मुडा
परत येऊन,
उंच झाडावर बसून हा प्रकार बघत होता.
त्याला दोन्ही जनानखाने आपल्या कह्यात
ठेवायचे होते.
लालबुड्याच्या टोळीतल्या
वानरींना आपल्या संरक्षणासाठी नर
हवा होता. त्या पोरं पळवून आणत
होत्या आणि पोरामागोमाग आया
येतील, आपल्यात राहतील, म्हणून
पाहत होत्या; पण मुडाच्या टोळीतल्या
वानरींना हे एकत्रीकरण नको होतं.
त्या विरोध करत होत्या. दोन टोळ्या

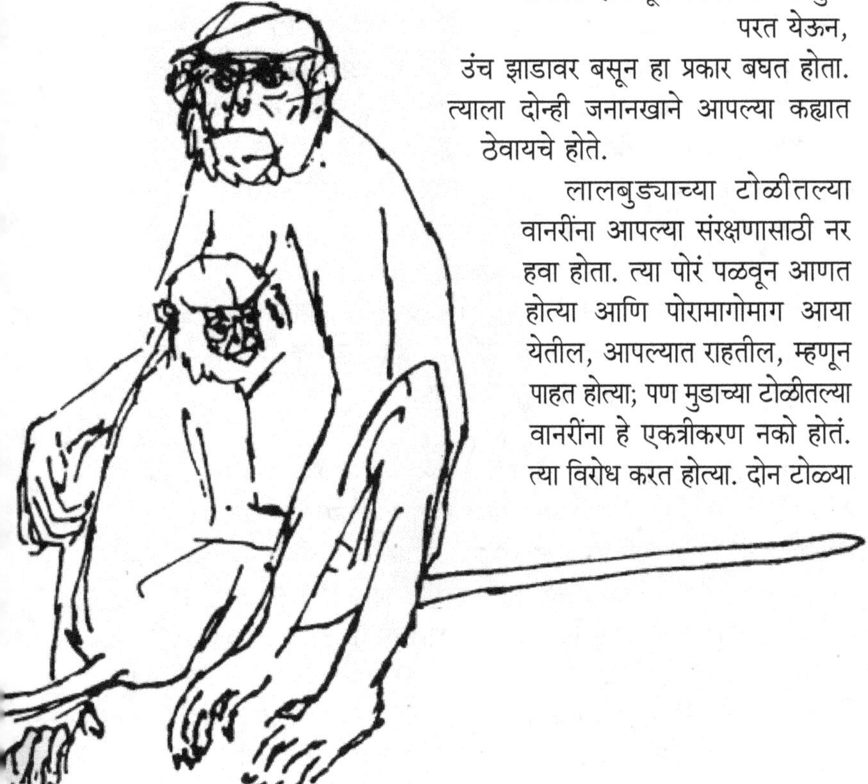

एक झाल्यावर, एवढा मोठा परिवार, एवढी मोठी हद्द सांभाळणं एका नराला अशक्य होतं. असं करणं म्हणजे पेंढारी टोळ्यांना निमंत्रण होतं. पेंढारी घुसले, म्हणजे केवढा विनाश होतो, केवढे क्रूर अत्याचार होतात, हे जणू उपजत बुद्धीनं त्यांना कळत होतं.

ही उपजत बुद्धी त्यांना विनाशाकडे जाऊ देत नव्हती. एका टोळीची संख्या भरमसाट वाढत नव्हती. एका-एका टोळीत शंभर-सव्वाशे, दीडशे-दोनशे लहान- मोठी वानरं आहेत, असं घडत नव्हतं. आजवर घडलं नव्हतं. पुढंही कधी घडणार नव्हतं.

नर-मादी एकत्र आली आणि जुगू लागली की, पोरंटोरं, तरणे नर आणि प्रौढ वानरी त्यांना अडवीत होत्या. आज जन्माला येणारे कधी पुढे ढकलले जात होते, तर कधी शेतात बीज पडू दिलं जात नव्हतं.

टोळीची संख्या फार फार तर वीस-बावीस एवढीच राहत होती. दोन टोळ्यांच्या लढाईत पोरं मरत होती. नर मरत होते. आजारानं, अपघातानं वानरी मरत होत्या. कुणी रानकुत्र्यांचं, बिबट्यांचं, वाघांचं भक्ष्य म्हणून खर्ची पडत होत्या. कुणाला अजगर गिळत होते, कुणी विषारी सर्प चावून मरत होते, कुणा पोराला बाज पक्षी झडप घालून उचलत होते. जुने जीव नाहीसे होत होते आणि नवे जन्माला येत होते. जीवन वाहतं राहत होतं. वंशवेल फुलत राहत होता. तो अरिष्टात सापडून नष्ट होऊ नये, म्हणून एकाच टोळीत, आपापसांत प्रजा निर्माण होत नव्हती. काही उनाड्या वानरी इतरांचा डोळा चुकवून बाहेर जात होत्या. परद्वार करत होत्या. त्या टोळीतलं पुरुषबीज या टोळीत आणत होत्या.

वानरांची पोरं आयांइतकीच दायांपाशी रमत होती.

पोरवयात दाईपणा करून कुंवार वानरी पोरं छातीशी वागवायला, त्यांना घेऊन झाडं वेंघायला, या फांदीवरून त्या फांदीवर उड्या घ्यायला शिकत होत्या. पोरं स्वतःच्या पायांवर उभी राहायला शिकत होती.

दोन्ही टोळ्या एकत्र करण्याचा मुडाचा प्रयत्न कसोशीनं चालू होता. इकडची तान्ही पोरं पळवून तिकडंच ठेवावीत, म्हणजे दोन्ही टोळ्या आपोआप एक होतील, म्हणून लालबुड्याच्या टोळीतल्या वानरी खटपट करतच होत्या आणि त्याच संधीचा फायदा घेऊन मोगा लालबुड्याची मोकळी जागा सहजासहजी मिळतीय का, हे चाचपून बघत होता. पण महाबिलंदर अशा मुडाचा डोळा त्याच्यावर होताच. अधूनमधून तो भूपकार करायचा. 'मी येतोय, असलास तर पळ,' असा इशारा मोगाला द्यायचा. तो कानी येताच मोगा तत्काळ वानरींच्या घोळक्याआड दडायचा आणि आव्हानाला प्रतिआव्हान न देता, मुडा पोचायच्या आत काढता पाय घ्यायचा.

अजून त्यानं आपल्या तरण्या सोबत्यांना हे घबाड दाखवलं नव्हतं. माद्या बघताच हे नर चेकाळतील आणि कुणी सांगावं, नेत्याच्याच जिवावर उठतील, अशी धास्ती त्याला वाटत असावी. पण मुडाला शह द्यायचा, तर त्या पाच जणांची मदत त्याला हवी होतीच. सत्ता काबीज करणं, ही एकट्या-दुकट्याची कामगिरीच नसते. दोन हात झोपडी उभारू शकतात; प्रासाद उभा करायचा, तर हजारो हात लागतात.

तिसऱ्या खेपेला जेव्हा मोगा लालबुड्याच्या टोळीत घुसला, तेव्हा त्याच्या सोबत पाचही जण होते. आल्या-आल्या त्यांच्यात तू मोठा की मी मोठा, हे तपासण्यासाठी सलाम्या झडल्या.

बाकीच्या चारही जणांना भारी असा एक नर होता. त्याच्यापुढं एकामागून एक चारही जण दबले. बाजूला झाले.

मोगा बघत बाजूला बसला होता. त्याला आता एवढा पराभव पत्करणं भाग होतं. पुढचा मोठा जय संपादण्यासाठी, आताचा हा वैयक्तिक पराभव त्यानं पत्करालाही. जुगू पाहणाऱ्या वानरीकडे दुर्लक्ष करून तो बसला.

पण या चारीही नरांनी नुकतीच पोरवयाची हद्द ओलांडली होती. मोगाप्रमाणे त्यांना अजून भक्कम आणि तीक्ष्ण सुळ्यांचं जबरदस्त शस्त्र मिळालं नव्हतं, अवकाश होता. आज त्यांचे सुळे-दात वानरींसारखे होते. प्रतिस्पर्ध्याला फोडण्याची ताकद त्यांच्यात अजून आलेली नव्हती आणि तसे हे अजून पक्व नरही झालेले नव्हते. त्यांचे वृषण अजून पुष्ट झालेले नव्हते. समागमाचा त्यांना काही अनुभव नव्हता. शारीरिक वजन आणि जोर यांतही अद्याप ते डावेच होते आणि त्यामुळेच त्यांना सत्तास्पर्धेत विशेष रस नव्हता. निकराचा क्षण येताच ते बचावाचं धोरण पत्करून सुसाट पळत होते.

वाफेवर आलेली वानरी वारंवार अपेक्षा करीत होती आणि नवशिका नर उणा पडत होता. वानरीच्या मागील पायांच्या मोडसांध्यांवर आपले दोन्ही पाय ठेवून त्यावर उभ्या शरीराचा तोल सांभाळणं त्याला काही केल्या जमत नव्हतं.

मोगा टवकारून दूरवर दृष्टी टाकत होता. आता अशा वेळी जर मुडाचा आव्हानात्मक भूपकार उठला, तर या नरांपैकी कोणीतरी नक्कीच त्याला उत्तर देणार होतं. माद्यांच्या मेळाव्यात या तरण्या पोरांनी मुडाचं आव्हान नक्कीच स्वीकारलं असतं.

मुडाचा भूपकार आला नाही.

जंगल दणाणून सोडणारी, ढाण्या वाघाची गर्जना ऐकू आली आणि बार होताच पाखरांचा थवा उडावा तशी वानरं उडाली. जमिनीवर होती, ती उड्या घेत झाडांच्या उंच शेंड्यांतून जाऊन बसली. कानात जीव आणून आवाज टिपू लागली. पालवीत, खोडाआड लपून खाली जंगलात काय घडतं आहे, म्हणून पाहू लागली. पाखरं,

हरणं ओरडत होती. सगळे आवाज इशाऱ्यांचेच होते :

"सांभाळा रे, सांभाळा, वैरी आला!"

वाघाची गर्जना झाली, तेव्हा मुडा आणि त्याचा परिवार तळ्याकाठी असलेल्या सावरीच्या प्रचंड वृक्षाखाली बसलेला होता. सावरीची बोंडं फुटून त्यातून म्हाताऱ्या तरंगत बाहेर पडल्या होत्या. जागोजाग त्यांचे वाऱ्याबरोबर पळणारे, एकत्र होऊन अडून राहिलेले पांढरे पुंजके इथंतिथं साचले होते. मुडा आणि त्याचा परिवार या म्हाताऱ्या वेचून तंतूमागं चिकटून आलेलं काळं बी वेचून खाण्यात गर्क झाला होता.

गर्जना होताच सगळी टोळी भराभर पर्णहीन सावरीवर चढली. उंच-उंच गेली आणि घाबरून खाली पाहू लागली.

जंगलचा राजा वाघ एका कांचनमृगाच्या पाठी लागलेला होता. सोनेरी पाठीवर पांढऱ्या चांदण्या असलेला मृग मोठमोठी उड्डाणं घेत सैरावैरा धावत होता आणि त्याच्यामागं आगीचा लोळ झेपावा, तसा वाघ झेपावला होता.

या मृगाचं आज भरलं होतं.

दिशांचं भान सुटून तो भरधाव धावत तळ्याकडेच येत होता. आडवा-उभा एक कोस विस्तार असलेलं तळं उन्हाळ्यामुळे संकोचलं असलं, तरी निळ्यागर्द पाण्यानं भरलेलंच होतं. ते पार करून पलीकडच्या काठाला लागणं मृगाच्या आवाक्यातलं नव्हतं.

मृग उड्या घेत आला आणि समोर तळं पाहताच किंचित अडखळल्यासारखा झाला. जिवाच्या भयानं त्यानं पाण्यात उडी घेतली.

'उदी' रंगाच्या बदकांचा थवा माना वर काढून बघत होता. तो कलकलाट करत आभाळात उडाला. गायबगळे उडाले, ढोक उडाले आणि इशारेवजा ओरडत पाण्यावर गोलाकार फिरत राहिले. पिवळ्यारंजन रंगाच्या धोबिणी, निळ्या पाणकोंबड्या, हिरवे हरेल, निळेगर्द नीलकंठ आणि मुठीएवढे खंडे या सर्वांनीच पंख पसरून हवेत सूर मारले आणि भयाकारी आवाज केला. पाणी डहुळलं, पंखांचा फडफडाट झाला. सगळं तळंच जणू दचकलं.

मृगामागोमाग वाघही पाण्यात शिरला. चारी पाय पाण्यात बुडाले. पोटाला पाणी लागलं, तेव्हा गर्रकन वळून जमिनीवर माघारी गेला.

तोंडचा घास गेला, म्हणून चरफडत, गुरगुरत वाघ माघारी फिरला. तो गर्द झाडोऱ्यात दिसेनासा झाला, तरी त्याचा चिडखोर गुरगुराट कितीतरी वेळ उमटत होता.

पाण्यात पडलेला मृग पैलतीराच्या दिशेनं बराच पोहून गेला. त्याचं तोंड आणि शिंगांचे फनगाडे तेवढे पाण्याबाहेर दिसत होते. पाण्याच्या दोन रेघा त्याच्यामागे उठत होत्या.

पैलतीर गाठणं ही त्याच्या आवाक्यापलीकडची झेप होती.

तरी तो बराच आत गेला. त्याचे पाय भेंडाळले; पण आता सैल पडून चालणार नव्हतं. जलसमाधीच होती. तोंड वासून, बुबुळं कपाळात चढवून, पाण्यावर तरंगत राहण्यावाचून दुसरा पर्याय नव्हता.

पैलतीर अजून दूर, दूर होता.

मृग थकला आणि त्याच्यापासून सहा वाव अंतरावर मगरीचं मुस्कट दिसू लागलं. पाण्याच्या रेघा दिसू लागल्या.

मृग फार थकला. त्याचे चारी पाय भरून आले. पाणी कापलं जाईना, त्याला डोकं पाण्याबाहेर ठेवणंही आता जड जाऊ लागलं.

– आणि ही वेळ मगरीनं नेमकी साधली. पाण्याखाली जाऊन तिनं आपल्या जबड्यात मृगाची पुष्ट मांडी धरली आणि हिसडा मारला.

पाण्याच्या पृष्ठभागावर खळबळाट झाला. तुषार चौफेर उडाले.

मृग पाण्याखाली खेचला गेला आणि तत्काळ उसळून वर निघाला.

प्राणभयानं गुरे जसं तोंड वासून 'बाँऽऽ' असा शब्द करतात, तसा त्याच्याकडून झाला आणि चेवलेल्या मगरीनं पलटी घेऊन त्याला पुन्हा खाली खेचला.

काही क्षणच पाण्यावर धडाधड आवाज झाले. मगरीनं शेपटाचे फटकारे पाण्यावर ओढले. क्षणभरच दोघांचीही शरीरं अर्धवट पाण्यावर दिसली. जोरदार खळबळाट झाला आणि मग सगळं शांत झालं.

सावरीच्या पर्णहीन वृक्षावर भयचकित वानरं गप्प बसून राहिली.

काही क्षणच शांततेत गेले आणि गोल गोल फिरून उदी बदकं पुन्हा पाण्यात येऊन पडली. बगळे उथळ पाण्यातून लांब ढांगा टाकत बेडकांमागे लागले. पिवळ्या धोबिणीचा थवा शेपटं सारखी खालीवर, खालीवर करत हिरवळीवर हिंडू लागला.

वानरं जागची हलू लागली. फांद्यांना लोंबकळून पोरं आपल्या आईला सोडून दुसऱ्या वानरीजवळ जाऊन बसली. पेंग आलेल्या म्हातारीनं जाभाड उघडून जांभई दिली आणि एक पाय लांबवून कुल्ला खाजवला.

उनाडी डहाळीवरून चालत, बेचक्यात बसलेल्या तरणीपाशी आली आणि तिच्या डोक्यावरचे केस बघू लागली.

झाड सोडून मात्र कोणी खाली उतरलं नाही.

■

४

वानराचं पोर म्हणून जन्म घेणं, वाढणं, एका टोळीचा प्रमुख 'हुप्या' बनणं आणि पोरं जन्माला घालणं, काही वर्षं सत्ता उपभोगून म्हातारं होणं, या गोष्टी क्रमानं सर्वच वानरांच्या वाट्याला येतील, असं नाही. त्यांच्या बाबतीत 'जीवन' हा अपघात होता.

सात वर्षांपूर्वी याच जंगलात एका लहानशा टोळीतल्या आईच्या पोटी भर मध्यानरात्री लालबुड्याचा जन्म झाला होता. उन्हाळ्याचेच दिवस होते. जंगलाच्या एका तुकड्याला आग लागली होती. गवत, वाळली झाडं, झुडपं जळून खाक झाली होती; पण त्याबरोबरच लहान किडे, सशांची, घोरपडींची पिलं, चितूर, लावरीची पिलं, मोराची, रानकोंबडीची, टिटवीची अंडीही आगीनं खाऊन टाकली होती. या झपाट्यातून वानरं बचावली होती. त्यांची भूमी जळून गेली होती; त्यांची झाडं करपून गेली होती. पण दुष्काळासारख्या आपत्तीत माणसं जशी आपला प्रदेश तात्पुरता सोडतात आणि जगायला म्हणून दुसऱ्या प्रदेशात जातात, तशी ही वानरांची टोळी आपल्या हक्काचा प्रदेश सोडून जंगलाच्या दुसऱ्या भागात आली होती.

आगीमुळे जो विलक्षण धगाटा निर्माण झाला होता, त्यामुळे हरणीचे गर्भपात झाले होते. त्यातून ही वानरी तगली होती. पोटाचा जडशीळ भार तिनं उठत-बसत वागवला होता आणि पुरे एकशे शहाण्णव दिवस भरल्यावर मध्यानरात्री इतर वानरींचा घोळका आजूबाजूला जमलेला असताना लालबुड्याचा जन्म झाला होता.

चार दिवसांचा होता, तेव्हापासून टोळीतील इतर हौशी आयाबायांनी वारंवार त्याला आईच्या मिठीतून ओढून नेला होता. या मावश्या एका हातानं पोराला पोटाशी धरून जेव्हा या फांदीवरून त्या फांदीवर उडी घेत, तेव्हा हे पोर भीतीनं मुठीएवढं

होई. आईची माया दाईला कुठली असणार?

खाण्याच्या नादात पुष्कळदा त्यांना या पोराची कटकट नको होई. ही बैदा टाकून त्या पळायला बघत, तेव्हा काळुंद्र्या रंगाचं हे चिमुरडं मावश्यांना कुठंही लटकून राही. कधी शेपटीच्या बुंध्याला, कधी पायाला. मावश्या जास्तीच बेजार होत आणि पोराला ढकलून, अंगचं तोडून टाकून पळत. हे वीतभर पोर इकडंतिकडं धावत 'चिर्रर्रऽऽ चिर्रर्र ऽऽ' असा आकांत करी. कुठंतरी झाडावर बसून आई कोवळा पाला ओरबाडून तोंडात कोंबत असे. ती आवाज ऐकताच क्षणभर बावरून गप्प होई. खाणं सोडून धावत खाली येई आणि पोराला उचलून पोटाशी धरे.

आईचे स्तन तोंडात मिळताच पोराला विलक्षण सुख होई. आईलाही होई. आईच्या अंगाची ऊब मिळाली, उष्ण दूध मिळालं की, आणखीन काही मिळायचं बाकी राहतच नसे; पण या बाबतीतही पोर असहाय असे. त्याला नको असतानासुद्धा वारंवार इतर मावश्या त्याला ओढून ओढून नेत. कुणी माया करत, कुणी हाल करत. दिवसातला जवळजवळ निम्मा वेळ पोर मावश्यांकडेच फिरत असे. हिच्या हातातून तिच्या हातात. हिला सोडायचं आणि तिला लटकायचं.

पोराला कशाची ना कशाची सारखी भीती वाटे.

आभाळात बाज पक्ष्यांचा चिल्लाट सुरू झाला की, आईच्या पोटाशी असलं तरी हे पोर लट्टकन हले.

वयाच्या सातव्या महिन्यात त्याला ही भीती एका प्रसंगानं बसली होती.

थंडीचे दिवस होते. वानरं उशिरा जागी होत. उन्हं पडली, म्हणजे मग टोळी झोपलेली असे, त्या झाडाच्या फांद्या जोरजोरानं हलू लागत. काटक्या, पाला, लहान डहाळ्या यांचा सडा झाडाखाली होई.

लहान टेकडीच्या उतारावर मोठ्या शिळा होत्या. ही वानरांची उन्हं खाण्याची जागा होती. कळपच्या कळप या शिळांवर येई आणि तोंड वर करून, शेपट्या सैल सोडून उन्हाला बसे. पोरं इकडं-तिकडं तिरतिरत.

लालबुड्याचा एक खेळगडी होता. त्याच्यापेक्षा कमी वयाचा. अगदी पोरच; पण याला त्याचं फार आकर्षण होतं. दोघं लुटुपुटीची कुस्ती खेळायचे. फार चेकाळायचे. त्यांना आवरता आवरता आया बेजार व्हायच्या. अति झालं, म्हणजे उभं वारं अशा या पोरांना शेपटीची टोकं धरून डांबून ठेवायच्या.

तर थंडीच्या दिवसांत कातळावर उन्हं खात असताना ही दोघंही पोरं कुस्ती खेळत होती, लपंडाव खेळत होती आणि हाकेच्या अंतरावर दूर, उंच झाडाच्या शेंड्यावर बसून, बळकट नख्या, चोच, गरागरा फिरणारे डोळे, विलक्षण झपाटा मारणारे पंख असा बाज पक्षी बघत होता.

बराच वेळ तो लक्ष ठेवून असला पाहिजे.

कारण नंतर जो एकदम त्यानं तिथून खाली सणकन सूर मारला तो काही कळायच्या आत कातळावर खेळणाऱ्या दोघा पोरांपैकी लहान काळ्या पोरावर झडप घालून, दोन्ही पायांच्या नख्यांत त्याला घट्ट दाबून, पार टेकडीपलीकडे गेलाही!

टोळीत फार पळापळ झाली. प्रचंड आरडाओरडा झाला.

टोळीचा हुप्या आणि पाठोपाठ पोराची आई दोन्ही हात पसरून अर्धवट चालल्यासारखं पळत, बाज पक्ष्याच्या पाठोपाठ धावले. तेव्हा करकरा दात खाण्याचा, शिव्यांचा, खकर्ऽऽ खकचा कोलाहलच उडाला.

एकवार आभाळात उडालेल्या बाज पक्ष्याला कोण आवरणार? तो उंच सागाच्या पार वरच्या फांदीवर जाऊन बसला. पायाखालचं पोर तोडून-तोडून त्यानं मऊ घास काढला. तो तोंडात आणि पोर पायांत, असा आणखी उंच वर असलेल्या आपल्या प्रचंड मोठ्या घरट्यात गेला. घरट्यातील पोराला हा ताजा खाऊ भरवू लागला.

पुढं पक्ष्यांच्या सावलीचीसुद्धा धास्ती या पोरवयातल्या लालबुड्यानं घेतली. आभाळात उडणाऱ्या घारी-गिधाडांची, गरुड-ससाण्यांची सावली जमिनीवर सरकताना पाहिली की, ते भयानं ओरडू लागे. आईच्या छातीला घट्ट चिकटून राही.

ही आईची छातीही त्याला फार कमी काळ मिळाली. सहा महिन्यांचा झाला, न झाला, तेव्हाच आईनं त्याला छातीपासून तोडणं सुरू केलं. हा रडायचा, हट्ट करायचा आणि आई त्याला चापट्या मारून छातीपासून बाजूला ढकलायची. यानं जर फारच हट्ट केला, तर तेवढ्यापुरती ती त्याला छातीशी घेऊन समजूत काढायची.

या वयापासून काय खावं, काय खाऊ नये, कोणत्या फळाला हात लावावा, कोणत्या लावू नये, याचे धडे या पोराला मिळाले. ते फार लवकर आपल्या पायांवर उभं राहिलं. स्वतंत्र झालं. त्याला आईची फारशी गरज राहिली नाही. बरोबरीच्या पोरांबरोबर कुस्त्या खेळण्यात, पाठशिवणी, हुतूतू खेळण्यात त्याचा वेळ आनंदात जाऊ लागला.

हे पोर हळूहळू वाढलं.

अडीच-पावणेतीन वर्षांचं झालं, तेव्हाच त्याच्या अंगातली मस्ती दिसू लागली. वेळ मिळेल तेव्हा आणि संधी मिळेल त्या पद्धतीनं हे गुंड पोर गुंडगिरी करू लागलं. ते सहजासहजी कुणाला बाचकेनासं झालं. खाण्यासाठी चांगली फळं, बसण्यासाठी चांगली डहाळी, पिण्यासाठी चांगलं पाणी आणि झोपण्याच्या झाडावर उत्तम, सोईस्कर, निर्वेध डहाळी असं सगळं निवडक, उत्तम ते-ते सगळं मिळवण्याकडं अग्रक्रम; नाही मिळालं तर इतरांना बाजूला सारून, प्रसंगी दरडावून, धक्काबुक्की करून मिळवण्याकडं त्याची प्रवृत्ती होऊ लागली. टोळीतील बरोबरीची पोरं, पोरी आणि काही वानरी त्याला भिऊन मागं सरू लागल्या. टोळीत याची जागा बऱ्याच वरच्या क्रमांकाची झाली.

– आणि एके दिवशी काय झालं, ते कुणाला कळलं नाही नीट, पण काही कारण नसताना, याच्याकडून काही आगळीक झाली नसताना त्याची, त्याच्या भावाची टोळीतून हकालपट्टी झाली. भडक माथ्याच्या बापानं पोरांना घराबाहेर हाकलून द्यावं, तसं त्यांना हाकलून लावण्यात आलं.

दुसऱ्या दिवशी सवयीनं ही पोरं परत आपल्या नित्याच्या झाडावर आली, तर परड्यात शिरलेल्या ओढाळ गुराप्रमाणं त्यांना हुसकावून लावण्यात आलं.

टोळीतल्या आया-बायांनी, मावश्यांनी काही प्रतिकार केला नाही. दुर्लक्षच केलं.

मग असे हाकले गेलेले आणखीही चार-सहा जण एकत्र गोळा झाले. इकडं-तिकडं भटकत, मिळेल ते, मिळेल तिथं; ओरबाडून खात मोठे झाले.

अंगच्या ताकदीनं लालबुड्या एका टोळीचा मालक झाला. मुलूख बळकावून राहू लागला.

शेजारी राहणारा मुडा हा लालबुड्याचा लाडका शत्रू होता. या दोन टोळ्यांत सतत भांडणं होतं; पण जीवघेण्या हाणामाऱ्या ते टाळत. वानरी कडाकडा भांडत, दोन्हीही बाजूंचे मुख्य नर होते, ते प्रत्यक्ष हाणामारी करण्याचे टाळत. अशा तऱ्हेचं सर्वंकष युद्ध पुकारणं म्हणजे 'आत्मनाश' आहे, हे जणू त्यांना कळलेलं होतं.

संघटित राहण्यासाठी खऱ्या व काल्पनिक अशा शक्तीची धास्ती असावीच लागते.

आपली टोळी सोडून हद्दीपलीकडे दूर जाणं, ही धोक्याची गोष्ट लालबुड्या नेहमीच टाळत असे, पण थोडं इकडं-तिकडं घसरण्याची त्याला आवड होती. झाडांच्या शेंड्यांवरून उड्या घेत-घेत तो टोळीपासून दूर जाई आणि काही साहसंही करी. ही साहसं म्हणजे अडचणीच्या जागी शिरणं, झाडाच्या ढोलीत काखेइतका हात घालून पाहणं. झाडावर किंवा जमिनीवर पाखरांनी घातलेल्या अंड्यांच्या तपासात राहणं आणि अशी अंडी दिसली की, ती फोडून आतला बलक चाटूनपुसून फस्त करणं.

लालबुड्याला शोध लागला होता की, जाळीतून घातलेली लांडोरीची मोठमोठी सहा अंडी किंवा रानकोंबडीनं अडचणीत, काटक्याकुटक्यांचं घरटं करून त्यात घातलेली पाच-सहा अंडी हुडकून काढणं, ती शिताफीनं काढून झाडावर पळणं आणि निवांतपणे खाणं यात मजा आहे. ही चोरीच होती आणि कोणत्याही चोरीत जेवढी जोखीम असते, तेवढी यातही होती. कारण भुकेल्यापोटी हीच चोरी करण्याची बुद्धी अनेकांना होई – कोल्ह्यांना, रानडुकरांना, वाघांना आणि एका जागी दोन चोरांची गाठभेट झाली की, हाणामारीचा प्रसंग येईच.

लांडोरीच्या अंड्याशेजारी पुष्कळदा चितूर पक्षिणीचं घरटंही जमिनीवरच असे आणि त्यात आठ-आठ लहान अंडी असत. ही रुचकर अंडी चोरण्याकडेही लालबुड्याचा कल असे.

ज्या दिवशी लालबुड्या नाहीसा झाला, त्या संध्याकाळी त्यानं एकट्यानं हेच साहस केलं होतं.

वाळून गेलेल्या जाळ्यांच्या आत, नाल्याच्या अगदी कडेला अरुंद अशा वरंब्यावर चितूर पक्षिणीनं घरटं करून अंडी घातली होती.

या झाडावरून त्या झाडावर लालबुड्यानं उडी घेतली, तेव्हा एक वाळलेली जाड काटकी नेमकी चितूर मादीवर पडली आणि ती दचकून फडर्रकन उडाली.

ही अंडी लालबुड्यानं पाहिली आणि तो चपळाईनं खाली उतरला.

या घाई-गडबडीत त्याचा पाचोळ्यावर जोरानं पडलेला हात सर्पावर पडला. त्यासरशी फुत्कारून त्यानं हाताचा चावा घेतला. काय झालं, हे लालबुड्याला कळालं. सर्प हा प्राणी त्याला अनोळखी नव्हता. हात झाडत, झटकत, दात खात,

बडबडत तो झाडावर चढून दुबेळक्यात बसला. वरचेवर त्यानं सर्प चावला, ती जागा पाहिली.

बघता बघता त्याच्या उजव्या हाताचा पंजा भप्प सुजला. वेदनांचा आगडोंब उसळला.

हात आखडून धरून, त्यानं वेदनेनं वेडं होऊन झाडं वेंघली. डहाळ्या हलवल्या. चीत्कार केले. तो झाडाखाली उतरला आणि पुन्हा वर चढला. पुन्हा खाली आला.

तो इतका गळून गेला की, वारंवार वरच्या फांद्यांकडे पाहत राहिला. उड्या घेत वर जाणं त्याच्याकडून घडेना. बसल्या जागीच हागमूत होऊन शरीराची विटंबना झाली. पोटात ढवळून मागोमाग उलटी झाली. रक्त गेलं.

श्वास घेणं जड जाऊ लागलं. जीव घाबरा झाला.

रात्री कधीतरी लालबुड्या अंधारात, भुतासारख्या पांढऱ्या दिसणाऱ्या 'करू' झाडाच्या बुडाशी मरून पडला.

बघता बघता त्याच्यावर तांबड्या मुंग्यांचं मोहळ जमा झालं.

सकाळ झाली, तेव्हा पहिल्यांदा टकाचोर पाखरांना पत्ता लागला.

कर्कश ओरडत त्यांनी भाईबंद गोळा केले आणि ते लालबुड्याच्या अंगावर नाचून, डोळ्यात, तोंडात चोची खुपसू लागले.

निळ्या, मोठ्या माशा घोंगावू लागल्या.

दुपारी गिधाडांना पत्ता लागला आणि लगोलग ती उतरली.

अजून वानर सगळा तसाच राहिला होता. तेव्हा गिधाडांचा तपासविधी सुरू झाला. बारा-तेरा गिधाडं उतरली होती. ती वानरापासून सहा पावलं अंतरावर थांबली. तीन पुढं झाली. एकएक पाय उचलून मारहाणीचा पवित्रा घ्यायचा. थांबायचं, मग दुसरा पाय उचलून टाकायचा.

असं करत-करत तिघं वानरापाशी पोहोचेपर्यंत बाकी सगळे आतुरपणे वाट बघत राहिले.

तिघे पोहोचले. माना लांबवून त्यांनी वानर टोचून बघितला.

– आणि मग मात्र सगळे खाण्यासाठी गर्दीनं पुढं घुसले.

रात्री तरस आणि कोल्हे वासावर आले. त्यांना ताकडातुकडाच मिळाला.

दुसऱ्या दिवशीपर्यंत लालबुड्या वानराची काही नामोनिशाणी करूखाली राहिली नाही.

तरसांनी बरगड्यांची हाडंसुद्धा उचलून नेली.

■

५

दोन-तीन वेळा हद् ओलांडून मोगा आणि त्याचे पाच साथीदार यांनी मुडाच्या ताकदीचा अदमास घेतला होता. त्याच्या टोळीत वानरी होत्या; पण त्यांची भीती फार नव्हती. वानरी कितीही आडदांड असल्या, तरी त्यांच्यापाशी नरांसारखे खंजिरी सुळे नव्हते. चावल्या, ओरबाडलं, तरी प्राणावर बेतणार नव्हतं.

मुडा आव्हानात्मक पवित्रा घेऊन या सहाही भटक्यांसमोर छाती काढून उभा राहिला होता खरा; पण त्यांना हद्दीपलीकडे हाकून देण्यासाठी त्यानं मागोमाग धावही घेतली नव्हती. हाणामारी झाली, तर भटक्यांचं फार काही गमावणार नव्हतं, दुखापत होणार होती. क्वचित एखाद्या-दुसऱ्या नराचा प्राण जाणार होता; पण मुडा हरला तर त्याचं सर्वस्व जाणार होतं, सत्ता जाणार होती, प्रदेश जाणार होता, अन्न जाणार होतं, बायका जाणार होत्या आणि भणंग, कंगाल होऊन अपमानित जीवन त्याला पत्करावं लागणार होतं. हे सगळं मध्यम वयापासून पुढं ढळल्यावर होणार होतं. फार एकाकी, फार उपेक्षित असं जिणं मुडाच्या पदरी येणार होतं, म्हणून तो शहाण्या मुत्सद्याप्रमाणे प्रत्यक्ष संघर्ष टाळत होता.

हल्लेखोरांना मात्र आता अंदाज आला होता. मुडाची टोळी एवढी मोठी आणि तिच्यात वानरी किती आहेत, उमदी पोरं किती आहेत, धाकटे नर किती आहेत, याची नीट गणती त्यांना करता आली होती.

एवढ्यात लालबुड्या नाहीसा झाला होता आणि उघडी पडलेली त्याची टोळी मुडाच्या टोळीत विलीन होते की काय, म्हणून याही टोळीच्या बळाचा अंदाज मुडानं घेतलेला होता. काही काळ जाऊ दिला होता.

लालबुड्याची टोळी आणि मुडाची टोळी एक होण्याची शक्यता आता फारशी दिसत नव्हती आणि जरी या दोन टोळ्या एकत्र झाल्या, तरी वानरींचीच संख्या वाढणार होती.

त्यांच्याकडून आडकाठी झाली,
गोंधळ, दंगा झाला, तरी प्रत्यक्ष
मारझोडीत मोजावं,
असं त्यांचं बळ नव्हतं.

दुपारच्या वेळी मुडा आणि
त्याची टोळी टेकडीच्या पायतळी
असलेल्या दाट झाडीत विश्रांती
घेत होती. काही वानरी
झाडावर होत्या. काही खाली होत्या.
सगळी टोळी सावध होती.
कुठं काही खुट्ट झालं की, दबून
मुडा चाहूल घेत होता.
तरणीला आता पोटातील वाढत्या गर्भामुळे

जलद हालचाल करणं अवघड जाऊ लागलं होतं.

टोळीतल्या लेकुरवाळ्यांची पोरं आता आईच्या पोटाशी लटकून राहण्यात तरबेज झाली होती. अधूनमधून ती धिटाईनं आईचं पोट सोडत आणि चार पावलं दूर जाऊन, जगाकडं कुतूहलानं बघत. थोडा वेगळा आवाज, वेगळी हालचाल झाली की, दचकून आईला येऊन चिकटत.

बोथरीची धाकटी बहीण टोळीपासून बाजूला झाडाबुडी बसून पेंगत होती. तिचा चेहरा साधूसारखा दिसत होता. थोटी आपल्या पोराला छातीशी घेऊन डहाळ्यांत झोपली होती. तिचं पोर मात्र जागं होतं. ते आठ्यांनी भरलेल्या कपाळानं आईकडं बघायचं आणि तिला जास्ती बिलगायचं. इकडं-तिकडं टुकुटुकु बघायचं. या मायलेकरांच्या फांदीवरच पलीकडं लांडी आणि तिचं पोर होतं. हे लांडीचं उनाड पोर हळूच आईचा डोळा चुकवून, फांदीवरनं तिरतिरत येऊन थोटीच्या पोराशी खेळायला बघत होतं, पण काख हात गेलं की, लांडी फांदीवर सरकत होती, एक पाय लांब करून पोराचं शेपूट पायानंच धरत होती आणि रांगणाऱ्या अवखळ पोरांना आई अंगड्याला धरून जशी ओढते, तशी ओढत होती.

एवढ्यात एकाएकी समोर तीस-चाळीस पावलांवर असलेल्या उंबराच्या झाडावर दंगा सुरू झाला. कुणीतरी इशारा देताच, आगाऊ तयारीत असणाऱ्या गुंडांनी आरोळ्या द्याव्यात, तसे एकापाठोपाठ एक वानर-नरांचे आवाज ऐकू आले. उंचावरून दणादण खालच्या फांद्यांवर उड्या घेतल्यामुळे फांद्या हलून आवाज सुरू झाला. पाला पडू लागला. डहाळ्या डोलू लागल्या.

पाव-एक घटका असं घबराटीचं वातावरण उत्पन्न करण्यात आलं. दरोडा पडण्यापूर्वी वायबार काढावेत किंवा गोफणीनं दगडांचा मारा करावा, तसाच हा प्रकार होता. मुडाच्या टोळीत घबराट पसरताच, शेपटं उंच उभारून मोगा आणि त्याचे पाच साथीदार मुडाच्या टोळीत घुसले. त्यांनी पोरंबाळं, बाई, म्हातारीकोतारी, लहान-धाकटं काही बघितलं नाही. पोरं धरून अंगाखाली ओढली. वानरी ओढल्या. ती दोन वयात येऊ घातलेली पोरं होती; त्यांना मारझोड केली. उनाडी, लाजरी यांना एकामागून एक चौघा-पाच जणांनी धरल्या, ओढल्या. त्यांनी चीत्कार केले. लहान पोरांनी रडून ओरडून एकच गोंधळ केला. 'हूपऽऽ हूपऽऽ' हाही आवाज होतच होता.

मोगाचा एक तरणाबांड साथीदार होता. त्याची आणि मुडाची दृष्टिभेट झाली. या पेंढाऱ्याच्या डोळ्यात खून चढल्याचं दिसतच होतं. तो दात खाऊन मुडाच्या अंगाशी येऊन भिडला. जबडा उघडून त्यानं आपले सुळे दाखवले. गुरगुराट केला. दात कराकरा खाल्ले. दोघांनीही काही क्षण एकमेकांचा अदमास घेतला आणि दोन अनोळखी कुत्रे जसे एकमेकांच्या अंगावर तुटून पडतात, तसे हे तुटून पडले. पातेरा वाजला. त्यांच्या तडाख्यांनी वाळली पानं हवेत उडाली. कधी तरणा नर वर, तर

कधी मुडा वर. तरणा नर फार चलाख होता, त्याचे चावे चुकवता चुकवता मुडा बेजार झाला. तरी अंगच्या बळानं त्यानं या नराच्या शेपटाच्या बुंध्याला कडकडून चावा घेतला आणि सुळे मांसात घुसताच हिसडा मारला. तरणा नर कळवळून ओरडला आणि सुटका करून घेऊन पळाला.

त्याचा पाठलाग करण्यासाठी मुडानं झेप घेतली आणि नेमकी ती वेळ साधून मोगा त्याच्या अंगावर आला. निम्मीअर्धी शक्ती खर्ची पडलेल्या मुडावर त्यानं फार त्वेषानं हल्ला केला. दोन्ही हातांनी त्याची मान पकडून त्याला खाली, पाचोळा उडून मोकळ्या झालेल्या कठीण जमिनीवर दडपला आणि त्याच्या खांद्याचे, पाठीचे, बगलेचे लचके तोडले. मुडाचा काळाभोर चेहरा धारदार नखांनी ओरबाडून रक्तबंबाळ केला. ग्लानी आल्यासारखं होऊन मुडा धुरळ्यात पालथा पडला.

– आणि वावटळ यावी, तसे आलेले हे सहाही घुसखोर आले तसे गरगरत निघून गेले, नाहीसे झाले.

ते नाहीसे झाले, तरी टोळीची धास्ती कितीतरी वेळ टिकून राहिली. आयांच्या छातीशी लटकलेली पोरं लटलट कापत राहिली. वानरी एकमेकींना मिठीत घेऊन, गालावर गाल ठेवून बसल्या. दोघा मोठ्या पोरांना या गर्दीत रट्टे मिळाले होते

एकाच्या हाताचं बोट तुटलं होतं. त्यातनं गळलेल्या रक्तानं त्याच्या छाती-पोटावर डागच डाग पडले होते. वेदना सहन करत, भयाकुल नजरेनं वारंवार त्या बोटाकडं बघत ते पोर डहाळ्यात एका जागी बसून होतं. आता मारामारी संपली आहे, ते भयानक टोळकं गेलं आहे, हेच त्याला अजून पटत नव्हतं. आपण जागा सोडून हललो, तर पुन्हा त्यांच्या तावडीत सापडू, असं वाटून ते गप्प बसून होतं.

रात्री झोपायचं झाड शोधण्याची कामगिरीसुद्धा आता मुडाकडून होण्याजोगी नव्हती. तरणीच्या मागोमाग सगळी टोळी हळूहळू चालली होती. मुडा सावध झाला होता; पण थकून गळून गेला होता. त्याच्या अंगातून बरंच रक्त गेलं होतं. टोळीतील ती दोन पोरं, काही मोठ्या वानरी यांनाही लहान-मोठे ओरखडे निघालेले होते. एरवी संध्याकाळी झोपण्याच्या झाडाकडे जाताना, मोठी वानरं भरल्या पोटानं सुस्त असायची. ती सावकाश, शांत मुद्रेनं या डहाळीवरून त्या डहाळीवर, या झाडावरून त्या झाडावर जात. वानरीही अंगानं जड झालेल्या असत. वरामागोमाग त्या मिरवणुकीत चालल्यासारख्या चालत. थोडी गडबड असे, ती पोराटोरांच्यातच. ती मात्र एकमेकांचा पाठलाग करत. आनंदानं उड्या ठोकत. पाठशिवणी, लपंडाव, कुस्त्या खेळत. तोंडानं नाना आवाज करत.

आज सगळी टोळी गप्प होती.

मोगा आणि त्याचे साथीदार यांना आता मुडाच्या टोळीच्या ताकदीचा अंदाज येऊन चुकला होता. लागोपाठ तीन दिवस त्यांनी मुडाच्या टोळीवर जोरदार असे हल्ले केले. तिसऱ्या हल्ल्यात मुडाची उजवी कूस शेवटच्या बरगडीखाली टीचभर उसवली आणि पराभव पत्करून तो टोळी सोडून पळाला. मोगानं त्याला लांबवर ताणला. रक्ताची धार लागून झुडपाची पानं तांबडीलाल अशी रंगत गेली. मुडाचा झोक जाऊ लागला. तो भेलकांडून वरचेवर खाली पडला आणि बळानं उठून पुन्हा चालू लागला. तेव्हा मोगा माघारी फिरला. आता पाठलाग चालू ठेवण्यात काही मतलब नव्हता.

मुडाच्या अंगात शेवटचं बळ आलं होतं. त्याला पाणी प्यायचं होतं. तोंड, गळा सुकून गेला होता. घशातनं चमत्कारिक आवाज निघत होता. उघड्या तोंडानं तो झुडपं ओलांडत, लटपटत पाण्याच्या काठावर आला. गार, भिजल्या काठावरच्या गवतातून पाण्यापर्यंत गेला. तशाही स्थितीत त्यानं चौफेर पाहून घेतलं. शेजारी पंधरा-वीस पावलांवर झाड आहे, याची खात्री करून घेतली आणि दोन्ही हात थंड पाण्यात टेकवून तो पाण्यावर वाकला. पाण्याला तोंड लावून, डोळे मिटून पाणी पिऊ लागला.

क्षणभर स्वच्छ पाण्यात त्याला आपलं प्रतिबिंब दिसलं. ठेचलेला, ओरबाडलेला, रक्तबंबाळ झालेला चेहरा, डोळे त्याचे त्यानंच पाहिले. उजवी बाजू पाहिली. अजून भळाभळा रक्त येतच होतं. पाणी, पाण्यात दिसणारी झाडं, वरचं आभाळ अंगावर आल्यासारखं वाटलं आणि वळून हलताच तोल जाऊन तो अर्धा चिखलात, अर्धा पाण्यात पडला. घुसमटला. शेपटी ताड-ताड आपटली गेली. पाण्यात रक्ताचा लाल रंग मिसळला.

पाण्याच्या काठी मुडा वानर एकाकी असा मरून पडला.

■

६

दिवस उगवून बराच वर आला होता. तळ्याला लागूनच असलेल्या पिंपरणीच्या हिरव्या पालवीतून शेपटं लोंबताना दिसत होती. गर्भार असलेली तरणी आणि लाजरी, उनाडी, बोकांडी, थोटी, काणी, लांडी, बोथरीची बहीण अशा या सगळ्या वानरी गुपचूप चरत होत्या. घडायचे ते घडून गेलं होतं, तरी आज सगळ्या टोळीला कसली तरी धास्ती आहे, असं दिसत होतं. पोरं खेळत नव्हती. लहान लेकरांना आया पोटांपासून दूर सोडतच नव्हत्या. वानरी संशयित नजरेने सारख्या बाजूला बघत होत्या. तरण्या पोरी होत्या त्या तर डहाळ्यात लपून हळूच दोन पायांवर उभ्या राहून पलीकडच्या झाडांकडे डोकावत होत्या.

तिकडे, पलीकडच्या जांभळीच्या बुडाशी, मोठ्या मुळीवर मोगा बसला होता. मोठ्या आगीच्या आसपास धगीमुळे जाता येत नाही, तसं रागामुळे त्याच्या आसपास कोणी फिरकू शकत नव्हतं.

काही वेळ एकटाच बसून तो, या सगळ्या वानरी चरत होत्या, त्या झाडावर चढला.

काणी आपलं तान्हं पोर पोटाशी घेऊन कोवळा पाला, कोंब खात बसली होती. तिच्या फांदीवर हा जाऊन बसला. दोघांमध्ये चांगलं चार वाव अंतर होतं.

काणीनं आपल्या एका धड डोळ्यानं रोखून पोराकडं बघितलं. नीट केसांना लटकण्याचा त्याला इशारा केला आणि तत्काळ ती हलली. भराभर ते झाड सोडून पलीकडच्या झाडावर जाऊन बसली. आपण हे मुद्दाम केलं, हे लक्षात आणून देऊ नये, म्हणून तिनं मोगाकडे बघितलंसुद्धा नाही.

मोगा पाठोपाठ गेला, तर ती तिथनं हलली आणि पुन्हा आपल्या पहिल्या झाडावर आली.

दुपारी चार वाजता मोगा
हळू आवाजात बडबडत
तळ्याकाठच्या उंच
सावरीवर चढला.
फलटणीतल्या राखणदार
जवानानं आपल्या
उंचावरच्या नाक्यात उभं
राहून आसपास टेहळणी
करावी, तशी त्यानं केली.

मधेच टेहळणी सोडून तो भराभरा खाली उतरला आणि जांभळीच्या सावलीत विश्रांती घेत बसलेल्या काणीकडे धावला. पाठीमागून येऊन, तिच्या पोटाला चिकटून बसलेलं पोर त्यानं ओरबाडलं.

ही गर्रकन फिरली. दोन्ही हातांनी तिनं मोगाला अंगापासून दूर लोटलं. तोंड रुंदावून दात दाखवले. घशात आवाज केला.

त्या क्षणी भांडखोर बोकांडी, धीट लांडी आणि ती बोथरीची म्हातारी बहीण धावत आल्या. काणी, तिचं पोर आणि मोगा यांच्यामध्ये जाऊन त्यांनी तिघींच्या अंगांची भिंत उभी केली. मोगावर त्या उघड्या जबड्यानं खेकसू लागल्या. मोगाच्या अंगावर धावून जाऊन त्यांनी त्याला हाकलला.

तो शेजारच्या झाडावर चरफडत चढला, तर बुंध्याशी जाऊन या त्याच्यावर गुरकावत राहिल्या.

काणीचं पोर ओरबाडण्यानं रक्तबंबाळ होऊन लटलट कापत होतं. काणीसुद्धा भिऊन गेली होती.

मोगानं बसल्या झाडावरून खालच्या वानरीकडं रोखून बघितलं आणि ऐकताच वानरींचा थरकाप व्हावा, असा भयानक रागीट आवाज त्यानं अगदी बेंबीच्या देठापासून काढला.

वानरी भ्याल्या नाहीतच. काही काळ तिथंच बसल्या. काणी आपल्या पोराला घेऊन पार पलीकडच्या झाडावर उंच जाऊन बसली. तिच्या सोबतीला लेकुरवाळी थोटी, बोकांडी अशा दोघीही गेल्या. एकमेकींच्या जवळ राहून त्यांचं खाणं सुरू झालं.

काही वेळ गप्प राहिलेला मोगा पुन्हा रागीट आवाज करायला लागला. दात खात खाली उतरला. लेकुरवाळ्या वानरी बसल्या होत्या, त्या झाडावर चढला. लेकुरवाळ्या लगेच पांगल्या. वाऱ्यानं पाचोळा उडावा, तशा उडाल्या.

डोकं फिरल्याप्रमाणे मोगा राहून-राहून असा सारखा ओरडत राहिला.

काणी आणि तिचं पोर यांची त्यानं आज पाठच घेतली होती. पार शेवटच्या झाडाकडे ती बापडी पोराला घेऊन बसली होती, तर हा नेमका तिकडं गेला. ज्या डहाळीवर ती बसली होती, त्याच डहाळीवर आपण जाऊन बसला. त्यासरशी ही दहा-वीस पावलं पलीकडे हलली आणि खालच्या डहाळीवर जाऊन बसली.

हा आपल्या फांदीवर बसला आणि धाडकन त्यानं खाली सव्वापुरुषभर तिच्या अंगावरच झेप घेतली.

काणीनं ही झेप चुकवली की मोगाचा अदमास चुकला, कुणाला ठाऊक; पण ती उडी थोडी पुढे पडली. वजनानं डहाळी पार वाकून जमिनीला टेकली.

काणी पोराला घेऊन दुसऱ्या झाडावर निसटल्यावरही काही काळ फांदी हलत राहिली.

दुपारची नेहमीची विश्रांतीची वेळ झाली, तरी टोळीतला ताणतणाव कमी झालेला नव्हता.

लेकुरवाळ्या वानरी मोगाला टाळत होत्या. त्याच्या जवळ जात नव्हत्या. त्याच्याकडे बघतही नव्हत्या.

मधेच तरणीला चळ भरल्यासारखं झालं. पोटात गर्भ असूनही तिला वासना झाली. मोगाचं लक्ष वेधून घेण्यासाठी ती त्याच्याकडे कुल्ले करून शेपटी जमिनीवर आपटत राहिली. डोकं हलवून त्याला खुणावत राहिली. कदाचित आता जर मोगानं तिला जवळ केली असती, दोघं जुगली असती, तर पुढं होणारं तरणीचं बाळ वाचलं असतं. मोगानं ते डोकं चावून ठार मारलं नसतं; पण तरणीच्या या चाळ्याकडे मोगानं संपूर्ण दुर्लक्ष केलं. तिच्याकडे पाठ करून तो काणीकडे बघत राहिला.

दुपारची विश्रांती झाली, तीसुद्धा अर्धवटच. मोगा डुलकी घेऊन जागा झाला, तो बडबडतच. त्याच्यापासनं पाच-सहा उड्या अंतरावर असलेल्या झाडावर वानरी भीतीनं गट्टगोळा होऊन बसल्या होत्या.

हलक्या आवाजात हा स्वत:शीच रागानं बडबडत बसलेला बघून तरणी हळूच उठून जवळ आली. त्याच्या पाठीचे केस पाहण्यासाठी वाकली; पण मोगानं तिला अंगाला हात लावू दिला नाही. तिनं नेटानं प्रयत्न चालू ठेवला, तेव्हा तोंडाचा 'आँ' करून त्यानं तिला धाक दाखवला. मग मात्र ती गप्प झाली. दूर सरकली.

हा पुन्हा बडबडायला लागला. दात खायला लागला. मोठ्या फांदीवर इकडून तिकडे येरझारा घालायला लागला आणि रोखून-रोखून आठी दिशांना बघत राहिला.

नंतर एका जागी बसला. त्याचा चेहरा फार संतापलेला दिसायला लागला. जोरजोरानं त्यानं दोनदा 'हूपऽऽ हूपऽऽ' असा आवाज केला. या आवाजाबरोबरच दोन्ही मांड्यांमध्ये त्याची दांडी ताठ झाली आणि काही झेपांत तो वानरी होत्या तिथं आला. त्यानं लांडीचं पोर तिच्या कवेतनं हिसकावून घेतलं. ते आपल्या उजव्या बगलेत धरलं, पोराची डावी मांडी दातात धरली आणि जमिनीवर उडी टाकून तो वेगानं दूर धावला.

पोराची लांडी आई, बोथरीची बहीण आणि एक तरणं पोर मागून धावलं. त्याची वाट अडवून, पोर हातचं काढून घ्यायची त्यांनी पराकाष्ठा केली; पण मोगाच्या पायाच्या रट्ट्यासरशी त्यांना भेलकांडून पडावं लागलं. मोगाच्या डोळ्यांत खून चढला होता.

पोर सतत 'चींऽ चींऽ चींऽ' असं जिवाच्या आकांतानं ओरडत होतं. जमिनीवरनं दोनशे पावलं पोराला घेऊन असं धावल्यावर मोगा थांबला. पोराच्या डाव्या बगलेचा मोठा लचका त्यानं तोडला. सहा बोट रुंदीची जखम त्याच्या जबरदस्त सुळ्यानं पोराला झाली. त्या जखमेतून पोराची आतडी दिसायला लागली. मग त्यानं पोर खाली टाकलं आणि आपण जवळ बसून राहिला. पोर रक्तबंबाळ झालं होतं. तडफडत होतं. लांडी पोराकडं धावत आली, तर हा तिच्या अंगावर धावला. डोकं मागं टाकून त्यानं दात खाल्ले आणि लांडीकडं इतकं रोखून बघितलं की, तिला भीतीनं डरंगळायला झालं.

बापडी लांब गप्प बसून राहिली.

आक्रोश करता आला असता, तर कुणाचंही काळीज उन्मळून यावं, असा आक्रोश तिनं केला असता; छाती पिटली असती. जमिनीवर घालून घेतलं असतं. तोंडात माती कोंबून घेतली असती.

हे सगळं तिच्या डोळ्यांत, चेहऱ्यात दिसत होतं.

काही वेळ तडफडणाऱ्या पोरापाशी मोगा बसला होता. बरंच रक्त गेलं. जमिनीवर काळं-तांबडं ठिगळ

दिसायला लागलं. एवढंसं तोंड उघडंच, डोळे उघडेच, असं लांडीचं बाळ न हलता, काही शब्द न करता, निळ्या आकाशाखाली, उन्हानं काळवंडून गेलेल्या धरित्रीवर उताणं पडून राहिलं.

ते गप्प झालेलं मोगानं पाहिलं आणि तो सावकाश उठून पार पलीकडे असलेल्या, बहाव्याच्या लहान वाळक्या झाडावर एकटाच जाऊन बसला.

तो गेला, तेव्हा लांडी भीत-भीत आपल्या पोराजवळ आली.

हे पोर जन्मल्या जन्मल्या, लहानमोठ्या वानरींचा वेढा जेव्हा तिच्याभोवती पडला, जी ती त्याला हाताळण्यासाठी धडपडायला लागली, तेव्हा आपल्या अंगाखाली तिनं पोराला दडवलं होतं.

आतासुद्धा हलकेच त्याच्या अंगाशी पोट नेऊन तिनं पोराचे दोन्ही हात वेढून घेतले. त्याच्या एवढ्याशा पायांची मिठी आपल्या कमरेभोवती घेतली आणि हातानं त्याला धरून ती दोन पायांवर उभी राहिली; पण आधार काढून घेताच पोर पुन्हा गळून जमिनीवर का पडलं, हे तिला कळेना. पुन:पुन्हा तिनं त्याला छातीशी घ्यायचा प्रयत्न केला; पण पोर पोटाशी चिकटलं नाही.

मग ती त्याच्यापाशी बसली. काही वेळ तिनं त्याचं अंग बोटांनी विंचरलं. त्याच्या डोळ्यांना हळुवारपणे हात लावला. डोकं एकदा डावीकडं, एकदा उजवीकडं असं केलं. ते का किरकिरत नाही, का आपल्याला लुचत नाही, का पोटाला चिकटत नाही, हे तिला कळेना.

अखेर एका हातानं त्याला पोटाशी घट्ट धरूनच ती हिंडू-फिरू लागली.

नेहमी येत, तशा पोरवयातल्या वानरी हे मूल घ्यायला आल्या. लांडीनं त्यांना ते घेऊ दिलं. दोन-तीन मिनिटं खेळवायचा प्रयत्न केल्यावरही ते गप्पच राहतं, हे बघून त्या मूल खाली ठेवून चरायला गेल्या.

लांडी आपल्या तान्ह्याला घेऊन पुन्हा हिंडू-फिरू लागली. खाऊ लागली.

पोराला मरून चार दिवस झाले, तरी तिनं त्याला टाकलं नाही. घेऊनच हिंडत होती. पोर मेलं होतं, तरी तिचं आईपण मरत नव्हतं.

दरम्यान, मोगानं उरलेली तीन पोरं मारली. ओढून घेऊन घेऊन मारली. कुणाची डोकी चावली. कुणाची पोटं फोडली. या दंग्यात बोथरीची बहीण इतकी म्हातारी असूनही तिनं मोगाला सतत अडवलं. तिला जखमा झाल्या. डाव्या हाताचं एक बोट तुटलं, डोळा फुटला.

बोकांडीच्या मागं जेव्हा मोगा लागला, तेव्हा ती इतकी भ्याली की, काही विरोध न करता ओरडणारं पोर टाकून ती पळाली. ते पोर मोगानं मारताच घारीनं

झडप घालून उचललं आणि पळवलं.

या एवढ्या धामधुमीत ते एक आईविना पोर होतं, सैरावैरा इकडंतिकडं धावत राहिलं. अखेर ते कोल्ह्यानं धरून नेलं.

एकटी थोटी मात्र आपलं पोर घेऊन, टोळी सोडून एकटीच दूर रानात पळाली.

पळून गेलं की, सगळ्या धोक्यातून सुटका होते, असं थोडंच आहे?

धोक्यामुळे तर दहाजण एकत्र येतात आणि एकत्र राहू लागतात.

एकत्र राहण्यासाठी धाक लागतोच. बाहेरचा नसला, तरी घरातला! घरातला नसला, तर मनातला!

मनं धाक वितात आणि झोटिंग, हडळी जन्माला येतात.

■

७

एके दिवशी उन्हाचा सणका फार वाढला. रानडुकरांच्या काळ्या पाठी चणचणून लागल्यावर भर उन्हाची कधी नव्हे ती तळ्यावर आली. मादी, तिची मोठी पोरं, धाकटी पिलावळ – सगळी धावत पाण्यावर आली आणि पोटभर पाणी पिऊन बदाबदा पाण्यातच बसली.

तहानेनं रानगव्याच्या तोंडाला फेस आला. फेसाचे गोळे तोंडापासून लोंबून खाली पडले. काट्यांवर पडून तिथंच चिकटून राहिले. उन्हाच्या तिरपेत इंद्रधनुष्याचे रंग त्यावर दिसू लागले.

चितळसुद्धा भर दिवसाची भीत-भीत पाण्यावर आली.

तिसरा प्रहरपर्यंत उन्ह असं सणसणलं आणि एरवी, रखरखीत पांढऱ्याधोट दिसणाऱ्या आभाळात भरलेले काळे ढग जमू लागले. वारा सुटला. झाडंझुडं गदगदू लागली. विजा कडाडू लागल्या. पाखरांची मोठी धावाधाव झाली. मोर वारंवार केका देऊ लागले. काळे तित्तिर उंच स्वरात एकमेकांना हाका देऊ लागले. आधीच दंगेखोर झालेल्या साळुंक्या जास्ती दंगा, कलकलाट करायला लागल्या. काळवंडून आलेल्या आभाळाखालून पाखरांच्या धांदलीच्या भराऱ्या सुरू झाल्या. जोरदार पावसाची झड यायच्या आत त्यांना नीट आसरा शोधायचा होता, झोपायची रोजची झाडं जवळ करायची होती, रानोमाळ पांगलेल्या सगळ्या भाईबंदांना एकत्र गोळा करायचं होतं. निळे नीळकंठ, पिवळेधमक हळदुले, पंचरंगी कवडे, पांढरेशुभ्र बगळे, काळेकबरे खंडे तळ्याकडून झाडाकडे, झाडावरून पुन्हा तळ्याकडे भिरभिरू लागले.

– आणि आला, आला म्हणेपर्यंत पहिला भीजपाऊस आला. मोठमोठ्या थेंबांनी आभाळातून खाली तिरकस उड्या घेतल्या. झाडांवर, पानांवर, पाचोळ्यावर,

पाण्यावर तडातडा थेंब वाजले आणि भराभर त्यांची संख्या वाढत गेली.

निवाऱ्याला जाण्याची चालढकल करणारी पाखरं चिवचिवाट करीत झाडाकडं पळाली.

तळ्याच्या पाण्यावर पांढऱ्या लाह्या फुटू लागल्या.

पावसाच्या धारांनी, तुषारांनी वातावरण धुरकटून गेलं. तहानलेल्या जमिनीनं आकंठ पाणी पिऊन घेतलं आणि मग पाट वाहू लागले.

एकाकी पडलेली थोटी एवढंसं पोर पोटाशी घेऊन मोठ्या झाडाच्या दुबेळक्यात अंग चोरून बसली होती. वर पानं होती. भली मोठी, तुळईएवढी आडवी ढापी होती, तरीही पाण्याचे तुषार उडतच होते. वरून थेंब गळत होते. आईच्या कुशीत घट्ट बिलगून पोर मधूनच त्या पहिल्या पावसाकडं भयचकित डोळ्यांनी पाहत होतं. थेंब अंगावर पडला की, किंचाळत होतं.

पंधरा-वीस मिनिटंच असा जोरदार पाऊस कोसळला. झाडंझुडं धुऊन निघाली. जागोजागी खोलगट भागांतून गढूळ पाण्याचे पाट खळाळले.

– आणि उघडीप झाली. भिजलेल्या पाखरांनी पंख फडफडवून भराऱ्या घेतल्या.

चितळ-हरणांचा मोठा कळप झाडाखाली दाटीवाटीनं उभा होता. तो अंग झाडून, एकदम अंगात वारं आल्यासारखा उधळला आणि जंगलातल्या मोकळ्या रानात येऊन अर्धगोलाकार असा दौडत फिरला. दमछाक झाल्यावर थांबला. मग

एक-एक जणानं दोन पायांवर उभं राहून तिरक्या उड्या हाणल्या आणि आनंदातिरेकानं एकमेकांचा पाठलाग केला.

मोगा आणि त्यानं नव्यानं ताबा घेतलेली सगळी टोळी पावसानं भिजून गेली होती. ती अंग झाडून हुशार झाली आणि तळ्याकाठच्या पिकून काळ्या झालेल्या मोठ्या जांभळीवर चढली. रानजांभळांचे घोसच्या घोस आता पिकले होते. एक-एक डहाळी धरून ही सगळी जणं दोन्ही-दोन्ही हातांनी जांभळं ओरबाडू लागली. तेव्हा अनेक फळं, अनेक घोस खाली आदळू लागले. फुटू लागले.

आठ-दहा चितळांच्या कळपातल्या एकानं झाडावरून पडणारी जांभळं, पानं, डहाळ्या पाहिल्या आणि शेपूट वर करून धावत ते कळपातून बाहेर पडलं. जांभळीखाली आलं. त्यानं वर पाहिलं, वानरांची टोळी खाण्यात दंग होती. खाली मान घालून चितळ वानरांनी टाकलेली जांभळं खाऊ लागलं. मग सगळाच आठ-दहा चितळांचा कळप धावत आला. प्रौढ माद्या, त्यांच्या मोठ्या पोरी, वर्षाची पोरं, पोरी. वारंवार वर माना करून ती चितळं वरच्या वानरांकडे बघत आणि घोसासकट डहाळी पडली की, घाईनं जाऊन तोंड लावीत. आईच्या तोंडातली डहाळी पोर हक्कानं हिसकावून घेत होतं. वर वानरं चरत होती आणि खाली चितळं चरत होती. वाकून वाकून वानरी खाली पाहत होत्या.

अगदी बाजूला, एका उंच फांदीवर बसलेल्या मोगाला दूर झुडपातून खाली मान घालून दबत-दबत पुढं सरणारं तांबडं अंग आणि काळे ठिपके दिसले. तत्काळ त्यानं इशारा केला :

"खकर्ऽऽ खक्ऽऽ, खकर्ऽऽ खक्ऽऽ...."

सर्वांत वयानं मोठी असलेली मादी कळपाची म्होरकी होती. ती तत्काळ सावध झाली. मोठमोठे कान ताठ पसरून, मान तणावून तिनं वाऱ्याकडं आपलं काळं ओलसर नाक करून वास घेतला आणि बिबट्याचा वास येताच 'पुक्ऽऽ', असा इशारा करून ती विरुद्ध दिशेला उडाली. मागोमाग सारा कळपही उधळला.

सगळी वानरांची टोळी उंच जाऊन डहाळ्यांआड दडून गप्प बसली. कोणी हललं नाही. कोणी आवाज केला नाही.

जाळीआडून बिबट्या जांभळीपर्यंत आला. शेपटीचा आकडा वळवळत त्यानं चितळांचा कळप उधळला, त्या दिशेला पाहिलं.

– आणि जांभळीच्या खोडाजवळ येऊन, दोन पायांवर उभा राहिला. पुढच्या दोन्ही पंज्यांची नखं त्यानं खोडावर खराखरा चार-सहा वेळा ओढून नख्या धारदार केल्या.

मग खोडाकडं पाठ फिरवली आणि उग्र वासाच्या मुताची तुरतुरी खोडावर सोडून ते भिजवलं.

आपली हद्द दाखवणारं हे वासाचं, बराच काळ टिकणारं निशाण तिथं रोवून तो चालायला लागला.

दोन पायांवर उभं राहून-राहून वानरं त्या दिशेकडं बघत राहिली.

बिबट्या पार दिसेनासा झाला, तेव्हा त्यांचा जांभळांचा फराळ पुन्हा चालू झाला.

मोगाच्या बरोबर येऊन ज्यांनी मुडाशी हाणामारी केली, ते पाची नर लालबुड्याच्या बेवारशी टोळीत घुसले आणि तिथे त्यांनी जोरदार दंगा केला. वानरींनी विरोध केलाच नाही. या पोरांनी पुन:पुन्हा ओढून त्यांना अंगाखाली घेतलं आणि गर्भार असूनही तिन्हीही वानरी गेल्या. झिप्री, जाडी, भुली – या तिघींच्याही पोटी गर्भ होते. त्या माजावर नव्हत्या, तरीही त्या गेल्या.

पाची नरांपैकी खऱ्या अर्थानं 'नर' पदवीला पोहोचलेला एकच होता. बाकी चौघे अजून पोरंच होती आणि मोगा निघून जाताच त्यांच्यात गुरगुराट सुरू झाला. काही वेळ सगळे एकत्र हिंडले, फिरले; पण माद्या दिसताच खरी मारामारी सुरू झाली. आपल्या चौघांत दणकट जबड्याचा, पिसाळल्या कुत्र्यासारखा अंगावर

धावून येणारा, दाढीवालाच 'बळवंत' आहे, हे बाकी चौघांच्या ध्यानात आलं. तो आपल्या आसपास कुणाला फिरकू देईनासा झाला. तिन्ही माद्या त्याच्याशीच पुन:पुन्हा जुगल्या.

पहिला, दुसरा, तिसरा, चौथा असे चार दिवस गेले आणि दाढीवाला उत्तरोत्तर जास्ती दादागिरी करत गेला. त्यानं बाकी चौघांना हाकून दिलं. ते शेपटं वर करून पळाले.

मुडाच्या टोळीतली ती दोन पोरं या चौघांना जाऊन मिळाली. किवंडी आणि मारकुटी या दोन माद्या पाच दिवसांनीच माजावर आल्या आणि दाढीवाल्याशी जुगल्या.

लालबुड्याच्या बेवारशी टोळीला नर मिळाला.

सहा भटक्यांची टोळी पुन्हा परागंदा झाली.

आपलं एवढंसं पोर घेऊन थोटी इकडंतिकडं भटकली. सारखं पोर सांभाळत राहावं लागल्यामुळे तिला नीट खाता-पिता येईना. झाडावर रात्री एकटं झोपायची तिला फार भीती वाटायला लागली. मग एके दिवशी सकाळी ती दाढीवाल्याच्या टोळीच्या जवळजवळ आली. सगळ्या वानरी तिच्याभोवती जमा झाल्या. सगळ्यांत प्रौढ अशी मारकुटी होती, तिनं हळूच हात घालून थोटीचं पोर ओढून स्वत:जवळ घेतलं. त्याला पोटाशी धरलं, गालाला गाल लावले. त्याला हळूच चाटलं. इथं-तिथं हुंगलं.

मग एकामागून एक अशा सगळ्या जणींनी पोर घेऊन घेऊन कुरवाळलं.

दाढीवाला उंच डहाळीवर बसून बघत होता. थोटी सारखी भीत होती की, हा धावून येऊन पोराला हिसकतो की, काय! पण हा सगळा प्रकार बघून-सवरूनही दाढीवाल्यानं दुर्लक्ष केलं.

या जुन्या शेजारी-टोळीत थोटीचा शिरकाव केवळ त्या लहान बाळामुळे झाला.

पोर या हातातून त्या हातात हिंडत राहिलं.

थोटीला खायला वेळ मिळाला. एकाच धड हातानं ती कोवळे कोंब तोंडात घालायला लागली. अंजनाच्या झाडाची साल दातलू लागली.

तिची छाती दुधानं भरायला लागली.

प्रौढ वानरींना वाट्याडा करून दाढीवाला आपल्या राज्याच्या सीमा बघू लागला. रस्ते, वाटा माहीत करून घेऊ लागला. कोणतं फळझाड कुठं आहे, झोपायला झाडं कुठं कुठं आहेत, पाणी कुठं आहे, धोक्याच्या जागा म्हणजे रानकुत्र्यांची वस्ती,

बिबट्याची जाळी, अजगराचं बीळ त्यानं बघून घेतलं.

– आणि सगळं स्थिरस्थावर झाल्यावर, दोन आठवड्यांनी पहिल्यांदा भल्या पहाटे जाग येताच त्यानं भूपकार केला. तो रानात घुमला. तो आवाज अजून विरला नाही, तोवर काटेसावरीच्या उंच झाडावरून प्रतिसाद आला.

हा आवाज मोगाचा होता.

कालचे पेंढारी आजचे सत्ताधारी झाले होते. सत्ता मिळाल्यावर ते शेजारी म्हणून राहातात का, एकमेकांच्या जिवावर उठतात, हे अजून ठरायचं होतं.

आज केवळ अस्तित्व घोषित केलं गेलं होतं आणि त्याची दखल घेतली गेली होती.

काळाप्रमाणंच संघर्षही सतत वाहतच असतो. त्याला खंड असा नसतोच. असलीच तर भरती असते, पूर असतो. जेव्हा जेव्हा खाणारी तोंडं भरमसाट वाढतात, गर्दी होते; तेव्हा-तेव्हा संघर्ष बळावून उठतो. जेव्हा उपलब्ध अन्नात, भूमीत वाटेकरी निर्माण होतात, तेव्हा संघर्ष उचल खातो. जेव्हा अस्थिरता निर्माण होते, एखादी जात धोक्यात येते, बाहेरून परकं कोणी येतं आणि बंदिस्त टोळीत घुसू पाहतं, तेव्हा संघर्ष उतू जातो.

ज्यांना बोलता येतं, ते हा राग, उद्दामपणा, संघर्ष शब्दांतून दाखवतात. ज्यांना बोलता येत नाही त्यांचे रागलोभ, प्रेम हावभावांतून, स्पर्शातून सांगितलं जातं.

संघर्ष पेटला की, शस्त्रास्त्रं वापरली जातात. ज्यांना शस्त्रास्त्रं माहीतच नसतात, ते सुळे, नखं वापरतात.

संघर्ष सर्वत्र भरून राहिलेला असतो.

■

८

मोगा आता शांत झाला होता. मुडाची नावनिशाणी टोळीत राहिली नव्हती. चारीही पोरांचा निकाल लागला होता.

गेले काही दिवस मोगा उनाडीच्या मागं-मागं होता. ती वारंवार हात जमिनीवर आपटत होती आणि डोकं हलवत होती. हा तिच्या मागं-मागं हिंडत होता. जवळ बसत होता. तिचं शेपूट वर करून बघत होता. जुगत होता. तिला गर्भ राहिल्यावर तो लाजरीच्या मागं लागला. नव्या, बळकट अशा या नराला बघून तीही वाफेवर आली होती. शेपूट आपटत होती. मोगाकडे कुल्ले करत होती. डोकं हलवीत होती. मोगा तिच्याबरोबरही वारंवार जुगत होता.

लेकरं गमावलेल्या बाकी तिन्ही वानरी अजून खुडूक होत्या. नुसत्याच छातीची बोंडे धरून ओढत होत्या. छातीशी धरून पाजावं, असं कोणी पोर आता टोळीतच राहिलं नव्हतं.

सबंध वैशाख ओकं-बोकं वाटणारं जंगल आता हळूहळू फुलू लागलं होतं. मोहाच्या झाडांना लालचुटूक पालवी आली होती. बहाव्याला पिवळेधम्मक फुलांचे लोंगर लोंबू लागले होते. लालचुटूक, पोपटी, पिवळसर असे नाना रंग आता जंगलात दिसू लागले होते. सकाळी पाखरांचं गाणं नव्या मोहोरानं सुगंधित होऊन रान घुमवीत होतं.

आता लवकरच उष्णकाळ संपणार होता आणि तापलेल्या जमिनीवर पाण्याच्या धारा आभाळातून कोसळणार होत्या. उदंड नवं गवत, नवी पालवी, नवे कीटक जन्माला येणार होते. सृष्टी अन्नब्रह्माच्या पूजेला बसणार होती.

पावसाळा येऊ घातला आणि पाणपाखरांची घरटी बांधण्याची धांदल सुरू झाली.

तळ्याच्या पाण्यात एरवी कधीकधी दिसणाऱ्या ढोकरी पक्ष्याच्या जनन-सोहळ्याची सुरुवात झाली. तळ्यापलीकडं थोडंसं मोकळं रान होतं. त्यात दरवर्षीप्रमाणे एक-एक नरपक्षी येऊन बसू लागला. लांब मानेचा, ढांगुळ्या पायांचा, तांबडसर मानेवर काळ्या रेघा असलेला, डोक्यावर पंखांच्या बटा असलेला.

एक-एक करता करता संख्या वाढत गेली. खांदे उभे करून स्वत:तच मग्न असे तीस-पस्तीस-चाळीस पक्षी दिसू लागले. एवढे पक्षी एकत्र आले की, केवढा गोंगाट करतात; पण एकमेकांची काहीही दखल न घेता हे बसून राहिले. पावसाळी हवेमुळे, ढगांमुळे, वाऱ्यामुळे सृष्टीत घडलेल्या या बदलांमुळे त्यांच्या शरीरातही काही विलक्षण बदल होत होता.

हा बदल घडून आला आणि नरपक्ष्यांनी घरट्यांसाठी तळ्याच्या आसमंतातला चिंचेचा महावृक्ष शोधून काढला. वसाहतीच्या बांधकामाला सुरुवात झाली. फांद्यांवर इथंतिथं नेटका आधार बघून एक-एक पक्षी भरारी घेऊन लांबलांबच्या सफरी करू लागला. चोचीतून दणकट काटक्या आणून घरट्याचा पाया घालू लागला. चिंचेवर एकच गर्दी उसळली. सतत कोलाहल होऊ लागला.

या समर्थांनी घरटी सुरू केली, तेव्हा पायरीपायरीनं लहान पाणपक्ष्यांनी आपलीही घरटी चिंचेवर धरली. त्यात काळ्या पाठीच्या बळंक्या होत्या, गायबगळे होते, काळ्या मानेचे करकोचे होते, पाणकावळे होते.

एकच गर्दी चिंचेवर उसळली. काड्यांचा सडा चिंचेखाली पडू लागला.

घरट्याची कशीबशी बैठक घालून कबऱ्या रंगाचे ढोकरी पक्ष्याचे नर आपापल्या घरट्यात बसून आभाळाकडे बघत माद्यांची वाट बघू लागले.

आभाळात ढग जमत होते. झाकोळून येत होतं. छायाप्रकाशाची पाठशिवणी सारखी चालू होती. पाऊस वारा घालीत होता. हवेत थंडावा येत होता.

मग एके दिवशी माद्यांचा थवा आभाळात दिसू लागला. बसल्या जागी पंख पसरून, माना काढून, मोठमोठ्यानं कलकलाट करून नरांनी माद्यांना हाका दिल्या; तेव्हा माद्या चिंचेकडं झेपावल्या. निवड-सोहळा सुरू झाला. आपल्याला आकर्षक वाटणाऱ्या जोडीदाराकडं एक-एक मादी जाऊ लागली. हा की तो; तो की हा, यात बराच काळ गेला.

अखेर जोड्या जमल्या.

घरट्यांचा ताबा माद्यांनी घेतला आणि आता ते नीटनेटके, बळकट करण्यासाठी, सामानसुमान आणण्याकरता त्यांनी नराला वारंवार बाहेर पिटाळलं.

चोचीत काडी घेऊन नर येताच, मादी आधी ती काडी या कडेपासून त्या कडेपर्यंत चाचपून बघे. पसंत पडली तर ठेवून घेई. नाहीतर खाली टाकून देई.

बापडा नर पुन्हा चांगली काडी आणण्यासाठी बाहेर पडे.

असा खटाटोप काही दिवस चालू राहिला आणि बरीच घरं बांधून झाली.

बैठक जुळवून माद्या बसल्या. कुणी तीन, कुणी सहा, अशी तळ्यातल्या पाण्याच्या रंगाचीच अंडी घातली.

पावसाळा सुरू झाला. सारं जंगल ओलं कच्च राहू लागलं. झाडांची पानं अधिक गहिरी हिरवी झाली. जागोजागी गवत उफाळून वर येऊ लागलं. सगळीकडं हिरवंगार झालं. सतत ओलसर राहून-राहून झाडांच्या खोडांना शेवाळं लोंबू लागली.

वानरं आता जमिनीवर उतरेनाशी झाली. एकमेकांच्या अंगाची ऊब घेत राहावं. जाडजाड पानांच्या गर्द डहाळ्यांतून हिंडावं. वारंवार एकमेकांची अंगं गोंजारावीत, विंचरावीत. पिकली उंबरं, टेंबरं, पिंपरं खावीत, असं चालू होतं. आता त्यांना पाण्याची गरज वाटेनाशी झाली.

ढोकरींची अंडी फुटून लोकरीच्या गोळ्यांसारखी पोरं जन्माला आली आणि आपली लाल तोंडं फाकून सतत अन्नासाठी तक्रार करू लागली.

आईबाप आळीपाळीनं दूर दूर उडून जाऊ लागले. येताना वीत-वीत लांबीचे मासे गळ्याच्या पिशवीत घालून पोरासाठी आणू लागले. अजून आई आभाळात आहे, तोवर पोरांचा सामूहिक ओरडा सुरू होई. आई घरट्यात उतरताच 'मला, मला', करून सगळे एकच हैदोस करत. सर्वांत टणक पोर असे, ते आईनं मासा गळ्यातून पुरा बाहेर काढण्याची वाटही न बघता तो पकडी आणि भराभरा एकटाच सगळा मासा गिळून टाकी. दुसरी पोरं मग त्याच्या वासल्या तोंडातून हा मासा बाहेर काढण्यासाठी धडपडत. एकच मासा दोघे चोचीत धरत आणि जोरात ओढाओढ सुरू होई.

पाऊसकाळ चालू होता. ढोकरींची, पाणकावळ्यांची, गायबगळ्यांची पोरं चिंचेच्या झाडावर वाढत होती.

हळूहळू ढोकरीची पोरं मोठी झाली. धाडसानं घरट्याबाहेर येऊन फांदीवर बसायला लागली. आई त्यांना कसं उडावं, तोल कसा सावरावा हे शिकवू लागली. घाबरट पोरं बदाबद खाली पडू लागली. धीट पोरं आईबापांच्या मागोमाग लांब तंगड्यांवर डगमगत पाण्यापर्यंत जाऊ लागली. पाण्याचा स्पर्श होताच, कलकलाट करीत माघारी पळू लागली.

सुकलेल्या तळ्याच्या काठावर एक मोठी जांभूळ उलथून पडली होती. तिच्या बुंध्याभोवती, खोडाभोवती गचपण माजलेलं होतं. पावसाळा सुरू होण्याच्या आधी बरोबर नव्वद-शंभर दिवस, मगरीनं या अडचणीत येऊन पंज्यानं वाळू खोदून खड्डा खणला होता आणि मध्यानरात्री तीस-चाळीस लांबट आकाराची मोठी मोठी अंडी घालून खड्डा बुजवून टाकला होता. या आपल्या ठेव्यावर तिची सतत नजर होती, पहारा होता.

या अंड्यांची कवचं हळूहळू मऊ होत गेली होती. आत मगरीची पोरं तयार झाली होती.

नव्वद-एक दिवस भरल्यावर मगर जेव्हा सरपटत या खड्ड्यावरच्या वाळूवर आली आणि पसरली, तेव्हा खालून तिला पोरांचा कुरुकुरु असा आवाज ऐकू आला. मग धांदलीनं तिनं भराभरा वाळू उकरली. अंड्यांच्या टरफलांतून दीड-दीड वीत लांब अशी मगरीची बाळं बाहेर आली.

आपला प्रचंड जबडा उघडून मगरीनं त्या सगळ्यांना आत घेतलं. तरीही काही उरलीच, ती आईच्या पाठीवर, डोक्यावर चढून बसली. मग वाळूतून सावकाश सरपटत मगर पाण्यापर्यंत आली आणि हळूच पाण्यात शिरली. एकवार पाण्यात पडल्यावर तिची पोरं पुष्कळ अंशी सुरक्षित राहणार होती. एरवी बगळ्यांनी, करकोच्यांनी, मासेमारू गरुडांनी त्यातली निम्मी आधीच खाऊन गट्ट केली असती.

दरम्यान, तरणीचे दिवस भरले. तिच्या पोटात पोर हलू लागलं. जड पोटानं जलद हालचाल करणं आता तिला होईना. वारंवार झाडाबुडी, सावली गाठून ती

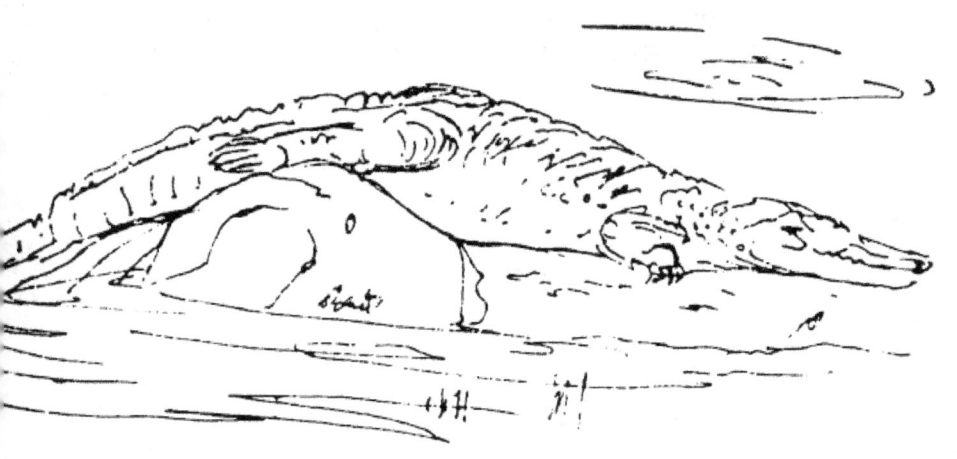

एकटी बसू लागली. प्रौढ वानरी आंजारू-गोंजारू लागल्या, तरी त्यांच्यापासून बाजूस सरकून बसू लागली.

एका रात्री, मध्यान्ह उलटून गेल्यावर तिला वेणा सुरू झाल्या. मुळातच रुंद अशा खालच्या फांदीवर ती बसली होती. तिथून झाडाबुडी उतरली. वारंवार तिनं बैठक बदलली. खालचा पाचोळा पुन:पुन्हा हातानं बाजूला सारला.

झाडावरच्या वानरी अजून झोपेतच होत्या. झाडाच्या मधल्या डहाळ्यांत एकमेकींच्या सोबतीनं त्या झोपल्या होत्या.

मोगा पार बाजूच्या मोठ्या फांदीच्या टोकाशी होता.

अधूनमधून एखादी वानरी अर्धवट जागी होऊन बैठक बदलत होती. पानं खसपसत होती.

दिवस उगवायला तीन-चार घटका बाकी असताना तरणी व्याली. तिला एवढंसं चिमुरडं पोर झालं. तिनं ते चाटूनपुसून स्वच्छ केलं. दोन्ही हातांनी उचलून वर धरलं आणि बघितलं – काय आहे? नर की मादी?

नर होता.

त्याचे नाजूक लालचुटूक हात तिनं निरखून निरखून पाहिले. त्यांचा वास घेतला. ते चाटले. लालचुटूक कान, कुल्ले आणि सगळं अंग गडद तपकिरी रंगाचं.

काही तासांतच ते एवढंसं पोर, दोन्ही हातांनी, दोन्ही पायांनी आईच्या पोटाला घट्ट चिकटायला लागलं. शोधून-शोधून, छातीशी डोकं घुसमटून दूध प्यायला लागलं.

हा पोर मुडाचा होता. सत्तांतरानंतर जन्माला आल्यामुळेच केवळ तो वाचणार होता.

कदाचित जगला, वाचला, तर हाच उद्या सहा वर्षांचा होऊन मोगाला घायाळ करणार होता आणि टोळीचा मालक होणार होता. हे राज्य त्याचं होणार होतं.

हजारो वर्षं फिरत आलेलं सत्तासंघर्षाचं हे रहाटगाडगं असंच फिरत राहणार होतं.

■

www.ingramcontent.com/pod-product-compliance
Lightning Source LLC
Chambersburg PA
CBHW070608180626
46817CB00005B/2041
* 9 7 8 8 1 8 4 9 8 3 8 2 1 *